वामनदादांच्या भावगीतातील आंबेडकरवादी जाणिवा

जयंत साठे

आई सखुबाई, वडील नानाजी व भाऊ प्रकाश साठे

यांना कृतज्ञतापूर्वक...

वामनदादांच्या भावगीतातील आंबेडकरवादी जाणिवा
लेखक: जयंत साठे
वासेकर ले-आऊट, गणेशपूर रोड
वणी, जि. यवतमाळ - ४४५३०४
८२७५३०००३४

प्रकाशक: notionpress.com

(c) जयंत साठे
रत्नमाला साठे
वासेकर ले-आऊट, गणेशपूर रोड
वणी, जि. यवतमाळ - ४४५३०४
८२७५३०००३४
प्रथमावृत्ती: १ जानेवारी २०२३
भीमा कोरेगाव शौर्यदिन
मुखपृष्ठ: बळी खैरे

मुद्रितशोधन: विजयकुमार गाडगे
९८२२८३९३११

Vamandadanchya Bhavgitatil Ambedkarvadi Janiva
Marathi Anthology
Jayant Sathe
मूल्य: २७०रु.
International Price: $10.99
ISBN: 979-8-88909-961-1
पूर्वप्रसिद्धी: दै. सकाळ, नागपूर

अनुक्रम

वामनदादांच्या गीतांना यथोचितपणे बांधणारा आंबेडकरवादी ग्रंथ

वामनदादा कर्डक हे आंबेडकरी विचार प्रेरणेला गतिमान करणारे नाव आहे. जागतिक चळवळीला अनेक भाष्यकार मिळाले. त्या चळवळीचे आकलन, गतिमानता आणि यशापशयाचे मूल्यमापनही त्यांनी केले. परंतु डॉ. बाबासाहेब आंबेडकरांची एकमेव अशी चळवळ आहे की जीला, कवी, गीतकार, चरित्रकार, भाष्यकार आणि बिनीचे टीकाकारही मिळाले. या संबंध चळवळीत वामनदादा एक अपवादात्मक नाव आहे. ते डॉ. आंबेडकरांच्या चळवळीच्या आकलनाच्या निमित्ताने ही चळवळ गद्यात्मकतेतून पद्यात्मकतेकडे आणतात. वास्तविक पाहता डॉ. आंबेडकरांच्या चरित्र आणि तत्त्वज्ञानात्मक आकलन चां. भ. खैरमोडे, ॲड. बी. सी. कांबळे, धनंजय कीर, डॉ. बी. आर. जाटव, एल. आर. बाली, वसंत मून, भगवान दास, नानकचंद रत्तू, डॉ. रावसाहेब कसबे आणि अनेक विचारवंतांनी आपले महत्त्वपूर्ण योगदान दिले आहे. वामनदादांचे वेगळेपण यात आहे की, त्यांनी डॉ. बाबासाहेबांच्या चरित्र आणि तत्त्वज्ञानाची काव्यात्मक मांडणी केली आहे. डॉ. बाबासाहेब आंबेडकर यांच्या चळवळीपासून ते-बुध्द-फुले तत्त्वज्ञानाच्या संगतीसाठी एक तात्त्विक आलेख वामनदादांनी काव्यमय शैलीत उभा केला आहे. भीमजन्मानंतरचा 'भीमबाना' बंडखोर शूर-वीर भीम, गुलामीच्या बेड्या तोडणारा भीम आणि या भीमाची स्तुती करण्यासाठी "चांदाची चांदणी येऊन खाली वारा भीमाला घाली" या सौंदर्याने संपृक्तओळी दादा लिहून जातात. वामनदादा कर्डकांच्या काव्य जगतात अशा असंख्य काव्यप्रतिमा, शब्दप्रयोग, चिंतन, कठोर निंदा आणि तरीही सकारात्मकतेचा

धबधबा वाहत असतो. म्हणूनच अथकपणे वाहणारी ही कविता नवनव्या आकलनास एखाद्या लोहचुंबकांप्रमाणे आपल्याकडे आकर्षून घेतांना दिसते.

खरे तर दादांनी किती गाणी, कविता लिहिल्या याचा निश्चित असा लेखाजोखा अद्यापही कुणाकडे नाही. त्यामुळेच अंदाजे चार हजारांपासून ते दहा हजारांपर्यंतचा आकडा काही लोक सांगतात. हा एक लेखन संकलनाचा मोठा प्रकल्प असू शकतो. त्यातूनच बरीचशी गाणी आंबेडकरी चळवळीच्या गतिमानतेच्या काळापासून लोकजागरण करतांना आढळून येतात.

वर्तमान वर्ष हे वामनदादांचे जन्मशताब्दी वर्ष असल्यामुळे अनेकानेक उपक्रम महाराष्ट्र आणि महाराष्ट्राबाहेरही सुरू आहेत. या निमित्ताने दादांच्या कवितेच्या, गाण्यांच्या आकलन, रसग्रहण, वर्तमानासोबतच नातं सांगणारी बरीच ग्रंथसंपदा प्रकाशित होत आहे. या सर्वच लेखकांचं मन:पूर्वक अभिनंदन!

जयंत साठे यांच्या "वामनदादांच्या भावगीतातील आंबेडकरवादी जाणिवा" या वैशिष्ट्यपूर्ण शीर्षक असणाऱ्या ग्रंथात दादाच्या निवडक पन्नास गीत, कवितांचा समावेश आहे. लेखक जयंत साठे यांनी दादांच्या मूळ रचना आणि त्या-त्या कवितांवर आपलं आकलन मांडण्याच्या स्तुत्यसा उपक्रम या ग्रंथात केला आहे. ग्रंथाची सुरुवात "भीमा तुझ्या जन्मामुळे" या गीताने होते तर या ग्रंथातील शेवटचं गीत-धम्मदूत झाले" या शीर्षक गीताने होते. गीत क्रमांक एक ते पन्नासच्या दरम्यान येणाऱ्या अड्डेचाळीस गीतांच्या संदर्भाने लेखक प्रत्येक गीतावर आपले मनस्वी भाष्य करतो. वामनदादांच्या भावगीतांमागील आंबेडकरवादी जाणिवा शोधत असतांना त्या गीताचा सार आणि त्याचे समाज जीवनावरील "असार"-परिणाम हे सांगून त्या गीतांच महत्त्व बिंबविण्याचा प्रयत्न करतो. खरे तर वामनदादांच्या समग्र गीत लिखाणातील शब्दकला, लयबध्दता, आणि समाजमनावर बिंबवण्यासाठी आकलन-

सुलभता हा स्वतंत्र संशोधनाचा विषय आहे. आंबेडकरी विचारातील क्रांतिकारकता, प्रतिगामी शक्तीशी टक्कर घेतानांची आक्रमकता, सांस्कृतिक लढवय्येपणा, राजकीय आकलनाची दिशा आणि नवसमाज निर्मितीचा ध्यास हे आंबेडकरी गीतरचनेची वैशिष्ट्ये होत. वामनदादा डॉ. बाबासाहेबांच्या जन्माविषयी अत्यंत सूचकपणे एक सांस्कृतिक उलथापालथ झाल्याची नोंद करतात. खरे तर हे संपूर्ण गीत एका स्वतंत्र ग्रंथाची नांदी ठरावी असे आहे -

"उद्धरली कोटी कुळे, भीमा तुझ्या जन्मामुळे

एक ज्ञान ज्योतीने कोटी कोटी ज्योती

तळपतात तेजाने तुझ्या धरेवरती

उजळे, काळोख मावळे, भीमा तुझ्या जन्मामुळे".

यातील "उद्धरली कोटी कुळे" या शब्दांत एका अंधारमय युगाचा अंत हा भीम जन्मामुळे सांगतानाचा वामनदादा या अंधार कोठडीतील कोटी कोटी जनता ही या भीमज्योतीने तेजोमय झाल्याचे सांगतात. काळोख मावळण्याची सुरुवात भीम जन्मामुळे होत असल्याचे सांगताना - दादा पुढे म्हणतात...

"जखडबंद पायातील साखळदंड

तटातट तुटले तू ठोकताच दंड

झाले गुलाम मोकळे

भीमा तुझ्या जन्मामुळे"

या शब्दातील दृश्यमयता (vision) मनाला नुसतीच मोहवून टाकत नाही तर प्रचंड प्रभावी ठरते. जखडबंद पाय, साखळदंड, तटातट तुटणे, दंड ठोकणे आणि "झाले गुलाम मोकळे" या शब्दात या प्रकारचा इतिहास शब्दबध्द झाल्यासारखे वाटून जाते. या पुढील दोन्हीही कडव्यांना दादाच्या शब्दकळेनं जणू काही विचार अलंकृत केल्याचेच दिसून येते. तर शेवटचे कडवे -

"काल कवडीमोल जीणे वामनचे होते.
आज जुळे जगताशी प्रेमाचे नाते
बुद्धाकडे जग हे वळे,
भीमा तुझ्या जन्मामुळे"

या ओळीतला "कवडीमोल वामन" हा तुमच्या आमच्यातला अनंत पिढ्यांचा प्रतिनिधी आहे. त्याच्या जिंदगानीची किंमत कवडीमोल होती. तो केर कचऱ्यातला एक होता. नगण्य असणाऱ्या या माणसाला जगाशी प्रेमाचं नातं जोडण्याची संधी, बाबासाहेबांमुळे मिळाली आणि बुद्धाकडे वळण्याची आधुनिक जगातली महत्त्वपूर्ण घटनाही बाबासाहेबांमुळेच घडली.

खरे तर जयंत साठेंची गीतांची निवड ही अत्यंत चोखंदळ अशी आहे. त्यामुळे त्या गीतांवर भाष्य करतांना त्यांच्यातला भाष्यकार बऱ्याचदा कवी झाल्यासारखा भासून जातो, हे अगदी नैसर्गिक आहे. त्यामुळे प्रत्येक गीतावरचं भाष्य वाचकांसाठी निश्चितच अनोख्या प्रकारचं असं आहे. प्रत्येक गीतावर आता लेखक काय म्हणतो याची उत्सुकता टिकवून ठेवण्याची लेखन क्षमता या प्रत्येक गीतावरच्या भाष्यात आहे.

'तुफानातले दिवे' या गीतातील शेवटची ओळ -

"जळू परंतु धरती उजळू प्रकाश येथे असाच उजळू
सदा चांदणे सुखे नांदणे हेच आम्हाला हवे".
'तुफानातले दिवे आम्ही 'तुफानातले दिवे
तुफानवारा पाऊसधारा मुळी न आम्हा शिवे".

या गीतातील शीर्ष ओळींना समर्पक अर्थाने व्यापकत्व प्राप्त करून देतात. आंबेडकरी चळवळीतील चढ उताराची मांडणी करताना डॉ. बाबासाहेबांनी शेतकरी, कामगार, महिला यांच्या सन्मानपूर्वक जीवनासाठी जो लढा दिला, त्या निमित्ताने काही महत्त्वपूर्ण इशारे

दिले, त्याचीही लेखक आठवण करून देतो. डॉ. बाबासाहेबांनी दि. १२/१३ फेबुवारी १९३५ रोजी मनमाड येथे जी. आय. पी. रेल्वे कामगारासमोरील भाषणातील "ब्राम्हणशाही आणि भांडवलशाही" हे आपले शत्रू असल्याचा बाबासाहेबांचा संदेश अजूनही किती ताजा आहे याची महत्ता कळते. तर-'भीमा तुझ्या मताचे' या गीतातून स्वपरीक्षणाची नितांतता कळते. डॉ. बाबासाहेबांच्या एक हाती लढ्यानंतर आणि जागरुकपणाचे आणि एकजीवपणाचे, संघटनेचे महत्त्व पटवून दिल्यानंतरही बेकीने आणि स्वार्थांधतेने वागतांना पाहून वामनदादा प्रचंड चिडून लिहितात -

"भीमा तुझ्या मताचे जर पाच लोक असते
तलवारीचे तयाच्या न्यारेच टोक असते"

एवढ्या स्वत्त्वाच्या लढ्यानंतर "पाचही लोक" एकत्र असू नये याचा विषाद कवीच्या मनात आहे. त्यामुळेच वामनदादा - एका सूक्ष्म निरीक्षणानंतर -

"वाणीत भीम आहे करणीत भीम असता
वर्तन तुझ्या पिलाचे सारेच चोख असते"

असे म्हणून -

"तत्त्वाची जाण असती बिनडोक लोक नसते
सारे चलन तयांचे रोखठोक असते"

या शब्दात मुळात तत्त्वच कळून न घेतल्यामुळे आलेला आडमुठेपणा, बिनडोकपणा या शब्दात आपली चीड व्यक्त करतात. अंतरात सद्भाव नसल्यामुळे असणारी दुही हे नेमकेपणाने कारण सांगून दादा आपल्या लोकातील स्वार्थांधतेवर बोट ठेवतात.

जयंत साठे यांनी निवडलेल्या प्रत्येक गीतावर स्वतंत्र भाष्य, रसग्रहण होऊ शकते; परंतु या निमित्ताने एवढेच म्हणता येईल की, त्यांची दादांच्या गीतांची निवड आणि त्यावरील भाष्य अचूक शब्दात व्यक्त केले आहे, हे निश्चितच स्वागतार्ह असे आहे. अशा प्रकारचा प्रयोग

यापूर्वी प्रा. गौतम गायकवाड या संशोधकाने केल्याचे मी वाचलेले आहे. महाराष्ट्रातील कवी, लेखक दादांच्या जन्मशताब्दीच्या निमित्ताने दादांच्या गीतरचना आपापल्या पद्धतीने कळून घेतात, हे निश्चितच महत्त्वाचे आहे.

खरे तर वामनदादांनी गझल, तिचा आशय, भांडवली समाज व्यवस्थेवरील भाष्य, जागतिकीकरणावरील कविता आणि समाजहितासाठीचे त्यांचे चिंतन काव्य या सर्वच गोष्टी नवनव्या पद्धतीने मांडण्यासारख्या आहेत. या निमित्ताने "वामनदादांच्या भावगीतातील आंबेडकरवादी जाणिवा" या समर्पक शीर्षक आणि आशादायी ग्रंथात जयंत साठे यांनी पन्नास गीतांची निवड करून त्यावर समर्पक भाष्य केले आहे. वामनदादांच्या या काव्यातील सांस्कृतिक व्याप्ती, आंबेडकरी विचारधारेची मानवाप्रति असणारी विभिन्न पार्श्वभूमी पाहता प्रत्येक गीतांवर विस्तृतपणे लिहिण्याएवढी क्षमता लेखकाच्या अंगी दिसून येते. परंतु शब्द मर्यादेची सीमा-रेषा सांभाळून त्या त्या गीताची कमालीची क्षमता दाखवली आहे. तसे पाहू जाता -

> "भीमा गौतमाच्या मुशीतून आले
> तेच आज येथे धम्मदूत झाले".

या ओळीप्रमाणे वामनदादांच्या काव्य ओळीतून जे-जे आले जयंतरावांनी ते-ते शब्दबध्द केले असे म्हणने हेच या प्रास्ताविकेचे श्रेय ठरावे.

दि. १२ डिसेंबर २०२२ — डॉ. उत्तम अंभोरे
सूर्यपुत्र भैय्यासाहेब आंबेडकर जयंती प्राध्यापक व संचालक
वामनदादा कर्डक अध्यासन केंद्र
डॉ. बाबासाहेब आंबेडकर
मराठवाडा विद्यापीठ, औरंगाबाद
Mob. 9422724400
dr.ambhoreuttam@gmail.com

आदर्श समाजव्यवस्थेच्या पुनर्रचनेचा नीतिमय जागर!

कला हे सामाजिक, सांस्कृतिक प्रबोधनाचे, परिवर्तनाचे आणि क्रांतीचे एक प्रभावी साधन आहे. कलेतील कलात्मकता समाजाच्या अभिरुचीचा स्तर उंचावते. तसेच कलेतील तात्त्विक सौंदर्यबोध समाजाचा बौद्धिक, वैचारिक आधार बळकट करते. आज आंबेडकरवादी कलेने कलाक्षेत्रातील सर्वच दालनात प्रवेश केला आहे. महाडच्या चवदार तळ्यापासून सुरू झालेला भारतीय समाजाच्या पुनर्रचनेचा क्रांतिकारी संघर्ष आजतागायत सुरूच आहे. हा संघर्ष भारत बौद्धमय होईपर्यंत सुरूच राहणार आहे. बुद्ध तत्त्वज्ञानाद्वारे भारतीय समाजाची सर्व प्रकारच्या शोषणातून, दुःखातून मुक्ती करणे हे आंबेडकरवादी चळवळीचे ध्येय आहे. डॉ. बाबासाहेब आंबेडकरांनी आंबेडकरवादी समाजाला दिलेले हे ध्येय गाठण्यासाठी आंबेडकरवादी चळवळीतील असंख्य शिपाई कार्यरत होते, आहेत. महाकवी वामनदादा कर्डक हेसुद्धा या ध्येयवाटेतील एक शूर, त्यागी, जाणीवसमृद्ध शिपाई होते. आज आंबेडकरवादी समाजातील सर्व लहानथोरांना वामनदादा कर्डक त्यांच्या गीत, गझल या काव्यप्रकारातून परिचित आहेत. वामनदादा कर्डक यांच्या गीतांनी आंबेडकरवादी समाजाच्या ओठांना स्वरांची सवय लावली आहे. आंबेडकरवादी समाजातील सर्वच सांस्कृतिक कार्यक्रमात वामनदादा कर्डक यांच्या गीतांनी ताबा घेतलेला असतो. डॉ. बाबासाहेब आंबेडकरांनी सुरू केलेला भारतीय समाजाच्या पुनर्रचनेचा लढा पुढे नेण्यासाठी वामनदादा कर्डक यांनी गीत, गझल या काव्यप्रकाराची साधन म्हणून निवड केली. डॉ. बाबासाहेब आंबेडकरांनी समाजापुढे ठेवलेले महान ध्येय साध्य करण्यासाठी आंबेडकरवादी समाजाच्या

सांस्कृतिक, सामाजिक, राजकीय, आर्थिक प्रबोधनाची निकड लक्षात घेऊन वामनदादांनी आपली गीतरचना केली. आंबेडकरवादी समाजात सांस्कृतिक नैतिकता रुजविणे, सामाजिक सलोखा, एकता प्रस्थापित करणे, राजकीय ध्येयाप्रति जागरूकता निर्माण करणे आणि आर्थिक जाणिवा विकसित करणे, हे वामनदादा कर्डक यांच्या गीतांचे उद्दिष्ट आहे. जयंत साठे यांनी वामनदादा कर्डक यांच्या गीतांचे उद्दिष्ट डोळ्यापुढे ठेवून त्यांच्या गीतांचे, गझलांचे वर्णन, विश्लेषण आणि मूल्यमापन 'वामनदादांच्या भावगीतातील आंबेडकरवादी जाणिवा' या ग्रंथातून केले आहे. वामनदादा कर्डक यांच्या पन्नास उत्कृष्ट गीतांची त्यांनी डोळसपणे निवड केली आहे. वामनदादा कर्डक यांच्या प्रत्येक गीताची विषयवस्तू भिन्न आहे. त्यांच्या गीतातील विषयवस्तूची समर्पक, सविस्तर मांडणी जयंत साठे यांनी या ग्रंथातून केली आहे. गीतातील अर्थ, आशय विस्तृतपणे उलगडून दाखविला आहे. गीतातील वैचारिकता अधिक सुलभतेने स्पष्ट केली आहे. त्यासाठी त्यांनी डॉ. बाबासाहेब आंबेडकरांनी केलेल्या चळवळीचा संदर्भ म्हणून उपयोग केला आहे.

डॉ. बाबासाहेब आंबेडकर यांच्या जीवनातील प्रत्येक ठळक घडामोडीची दखल वामनदादा कर्डक यांनी आपल्या गीतातून घेतली आहे. डॉ. बाबासाहेब आंबेडकर यांच्या जीवनातील ज्या ठळक घडामोडी वामनदादांनी आपल्या गीतातून काव्यबद्ध केल्या आहेत, त्या घडामोडींचे अचूक ऐतिहासिक संदर्भ जयंत साठे यांनी आपल्या परीक्षणात नमूद केले आहेत. वामनदादा कर्डक यांच्या गीतरचना त्यांनी केलेल्या परीक्षणातून अधिक सुस्पष्ट झाल्या आहेत. वामनदादा कर्डक यांनी गीत, गझल तंत्राचे अगदी काटेकोरपणे पालन केले. वामनदादा कर्डक यांच्या गीत, गझल रचनेतील तंत्रशुद्धतेचे विवेचन त्यांनी आपल्या परीक्षणातून केले आहे.

आंबेडकरवादी समाजाच्या जाणीव-नेणिवेत गुणात्मक बदल घडवून आणणे हे वामनदादा कर्डक यांच्या गीतांचे उद्दिष्ट असल्यामुळे त्यांची

गीते जेवढी महत्त्वाची आहेत, तेवढेच जयंत साठे यांनी केलेले त्यांच्या गीतांचे परीक्षण महत्त्वाचे आहे. वामनदादा कर्डक यांच्या गीतांचे त्यांनी केलेले परीक्षण आंबेडकरवादी समाजाच्या जाणीव-नेणिवेला नक्कीच गुणात्मक चालना देईल, यात शंका नाही.

भगवान बुध्द आणि डॉ. बाबासाहेब आंबेडकर यांनी सांगितलेल्या मार्गावरून आंबेडकरवादी जनतेने नैतिकपणे चालण्याचे आवाहन वामनदादा कर्डक यांनी आपल्या गीतातून वारंवार केले आहे. कोणत्याही समाजाचा उद्धार हा त्या समाजातील व्यक्तीच्या नीतिमत्तेवर अवलंबून असतो. व्यक्तीची नीतिमत्ता जेवढी समृद्ध तेवढा समाजाचा पाया सुदृढ असतो. म्हणून बुद्ध धम्मात नीतिमत्तेला उच्चस्थान देण्यात आले आहे. वामनदादा कर्डक यांनी समाजातील पुढाऱ्यांनी राजकीय नीतिमत्ता जपावी, असा मोलाचा संदेश आपल्या गीतातून दिला आहे. समाजात एकी राहिली पाहिजे. समाजबांधवात शत्रुभावी विरोध निर्माण होऊ नये, याची काळजी पुढाऱ्यांनी, घ्यावी असे वामनदादा सांगतात. समाजाच्या संघटित शक्तीला डॉ. बाबासाहेब आंबेडकरांच्या स्वप्नपूर्तीच्या दिशेने घेऊन जाणे, हे आंबेडकरवादी समाजातील पुढाऱ्यांचे कर्तव्य आहे. भारतीय समाजाला शोषणमुक्त, दुःखमुक्त, वेठबिगारीमुक्त करण्यासाठी आपण समाजाचे नेतृत्व करीत आहोत, याची डोळस जाणीव पुढाऱ्यांनी सतत ठेवावी. पुढारी आणि समाज एकीने राहिला तर डॉ. बाबासाहेब आंबेडकरांचे आंबेडकरवादी समाजाला सत्ताधारी जमात बनविण्याचे स्वप्न पूर्ण होऊ शकते. समाज आणि पुढाऱ्यात जर ताळमेळ नसेल तर समाजाची राजकीय, सामाजिक, सांस्कृतिक, आर्थिक आणि नैतिक अधोगती झाल्याशिवाय राहत नाही. समाज आणि पुढाऱ्यातील ऐक्याचे महत्त्व वामनदादा कर्डक यांनी ओळखले आणि आपल्या गीतातून प्रभावीपणे प्रतिपादित केले. जयंत साठे यांनी वामनदादा कर्डक यांच्या गीतात आलेले राजकीय संदर्भ अचूक हेरले आणि त्या संदर्भांचे बिनचूक मूल्यमापन आपल्या परीक्षणातून अधोरेखित केले आहे.

मराठी साहित्याच्या दालनात वामनदादा कर्डक यांच्या गीत, गझलांचे स्थान अजरामर आहे. वामनदादा कर्डक यांच्या गीत, गझलांचे वाङ्मयीन मूल्य अनन्यसाधारण आहे. साध्या, सोप्या भाषेत असलेली ही गीतं मोठा आशय पांघरूण समाजापुढे अवतीर्ण झाली आहेत. जयंत साठे यांनी वामनदादा कर्डक यांच्या गीतातील आशयाभिव्यक्तीला उच्चतम तात्त्विक आधार आपल्या परीक्षणातून प्रदान केला आहे. वामनदादा कर्डक यांच्या गीतांचे अर्थ, गीतांचे विषय, गीत रचनेमागील उद्देश व गीतांची पार्श्वभूमी त्यांनी अतिशय सखोलतापूर्वक प्रस्तुत ग्रंथात विशद केली आहे. वामनदादा कर्डक यांच्या गीतांचे त्यांनी केलेले मूल्यमापन वास्तवदर्शी तर आहेच सोबत गीतातील उच्च कलात्मकतेला न्याय देणारे आहे.

'वामनदादांच्या भावगीतातील आंबेडकरवादी जाणिवा' या जयंत साठे लिखित ग्रंथाने आंबेडकवादी साहित्य चळवळीत मोलाची भर टाकली आहे. वामनदादा कर्डक यांच्या गीतातील उच्चतम कलात्मकता आणि वाङ्मयीन सुंदरता जेव्हा स्वरबद्ध होते तेव्हा ती जनमनाचा ताबा घेते. वामनदादा कर्डक यांच्या गीत-संगीताने आंबेडकरवादी समाजाचे लयबद्ध प्रबोधन केले आहे. आंबेडकवादी समाजाला वामनदादा कर्डक यांच्या गीतांनी वेड लावले आहे. हे वेड ढोंगी नाही. क्रांतिप्रवण आहे. वामनदादा कर्डक यांच्या गीतातील ही क्रांतिप्रवणता जयंत साठे यांनी अचूक हेरली आणि आपल्या परीक्षणातून अतिशय ताकदीने शब्दबध्द केली आहे.

आंबेडकरवादी समाज जोपर्यंत एका उच्चतम जाणीव-नेणिवेच्या पातळीवर वैचारिकदृष्ट्या पोहचत नाही, तोपर्यंत तो भारतीय समाजाच्या पुनर्रचनेची जड जबाबदारी पार पाडू शकत नाही. भारतीय समाजाच्या पुनर्रचनेसाठी अतिउच्च नि नीतिबळ हवे आहे. बुद्ध तत्त्वज्ञानाच्या काटेकोर पालनातून हे बळ प्राप्त करता येते. बुद्ध तत्त्वज्ञानातून प्राप्त केलेले संघटित नीतिबळ भारतीय समाजाची पुनर्रचना करू शकते. भगवान बुद्ध आणि डॉ. बाबासाहेब आंबेडकर यांच्या विचारातून बोध

घेऊन समाज नीतिवान व्हावा, असा आग्रह वामनदादा कर्डक यांच्या गीतात आहे. वामनदादा कर्डक यांच्या गीतातील या नैतिक आग्रहाची नोंद जयंत साठे यांनी आपल्या परीक्षणात आवर्जून केली आहे.

समाजाची नैतिकता आदर्श व्यवस्थेची निर्मिती करू शकते तद्वतच समाजाची अनैतिकता आदर्श व्यवस्थेला ध्वस्तही करू शकते. वामनदादा कर्डक यांच्या गीतरचना नैतिकतेवर आधारित आदर्श समाजव्यवस्थेच्या निर्मितीसाठी आहेत. वामनदादा कर्डक यांची गीतं भगवान बुद्ध आणि डॉ. बाबासाहेब आंबेडकर यांच्या तत्त्वज्ञानानुसार आदर्श भारतीय समाजव्यवस्थेच्या निर्मितीचे स्वप्न उराशी बाळगून साकारली आहेत. वामनदादा कर्डक यांच्या गीतरचना भारतीय समाजाच्या पुनर्रचनेसाठी आणि आदर्श समाजव्यवस्थेच्या निर्मितीसाठी उपयुक्त आहेत. जयंत साठे यांनी आपल्या परीक्षणातून ही उपयुक्तता अधिक तीव्रतर केली आहे. आंबेडकरवादी चळवळीत जयंत साठे लिखित 'वामनदादांच्या भावगीतातील आंबेडकरवादी जाणिवा' या ग्रंथाचे हेच यथोचित योगदान आहे, असे मला वाटते. ग्रंथास शुभेच्छा!

१ नोव्हेंबर २०२२
तिसरी महार बटालियनची
नौशेर येथे उभारणी

– संदेश ढोले
9309965447
sandeshytl@gmail.com

वामनदादांच्या गीतातील वैचारिक आंबेडकरवादी उर्जेचा खजिना!

वामनदादा कर्डक क्रांतिकारी गीतकार. नावाजलेले गझलकार. त्यांच्या गीत, गझलने महाराष्ट्र गाजले. जनमानस बदलले. जागर व जलसाने समाज ढवळून निघाला. तथागताचा धम्म आणि आंबेडकरवाद शेवटच्या घटकापर्यंत पोहचविला. त्यांच्या ओठांवर शब्द दिले. ते कंठातून स्वर बनून उमटले. त्यानं वामनदादांची गीतं अजरामर झालीत. लोकांच्या ऊर्जा, प्रेरणेचे स्त्रोत बनलीत. प्रत्येक गीत लोकांना हलवितो. जागवितो. त्यांना उठवितो. त्यांच्यात धम्म व आंबेडकरी चेतना निर्माण करतो. त्याचे वैशिट्ये म्हणजे "वामनदादांच्या भावगीतातील आंबेडकरवादी जाणिवा" हे पुस्तक होय.

वामनदादांनी सात हजारांवर गीत व गझल गायिल्या. त्यातून पन्नास गीत निवडणे, हे अतिशय जिकरीचे काम. ही किमया लेखक जयंत साठे यांनी पार पाडली. त्यांच्या गीत, गझलवर गद्यातून व्यक्त होणे. हेसुध्दा तेवढेच अवघड होते. लेखक त्या कसोटीवर खरे उतरले. गझल असो की गीत सारखेच परिणामकारक आहेत. या पुस्तकातील गीताची एक ओळ जरी वाचली, तरी ती ओळ माणसाला दिवसभर गुणगुणावयास भाग पाडते. गायकीचा गंध नसलेली व्यक्तीही गुणगुणते ही ताकत त्या शब्दरचनेची आहे. पहिल्याच लेखात "भीमा तुझ्या जन्मामुळे उद्धरली कोटी कुळे" चा लेखकाने परामर्श घेतला. या एका ओळीत समग्र डॉ. बाबासाहेब आंबेडकर दिसतात. त्यांच्या कार्याची झलक दिसते. हिमालयाची उंची कमी पडेल असे भीमाचे उत्तुंग कर्तृत्व व व्यक्तिमत्त्व होते. ते वामनदादांनी केवळ शब्दबध्द

केले नाही तर त्यात प्राण ओतला. जीवाची तळमळ टाकली. त्याने प्रत्येक गीत हृदयस्पर्शी बनलं. ही त्यांची प्रतिमा व प्रतिभा लेखकाने अतिशय ताकदीने या पुस्तकातून रेखाटली.

उजळे, काळोख मावळे

झाले गुलाम मोकळे

बुध्दाकडे जग हे वळे

भीमा तुझ्या जन्मामुळे

या ओळी जागतिक वैचारिकतेला गवसणी घालतात. विज्ञानवाद सांगतात. जगाच्या पाठीवरील गुलामगिरीला ठोकरतात. दुःख, गरिबी, गुलामी, हिंसाचार उच्चाटनाचा संदेश देतात. ही वैचारिक शक्ती केवळ आणि केवळ बुध्द-आंबेडकरांच्या विचारात आहे. हे समाजमनावर बिंबवितात. त्यामुळेच वामनदादा कडक लोकशाहीर ठरतात. सकाळच्या विदर्भ आवृत्तीत जयंत साठे यांना लिहिते केले. तेव्हा त्यांनी वामनदादांचा गीत, गझल विषय निवडला. लेखात गीत, गझल मागच्या वामनदादांच्या भाव-भावना काय असाव्यात, याचा कानोसा घेत त्यांनी लेखांची सुरेख मांडणी केली. ती वाचकांना नेमकी भावली. त्यामुळे ही लेखमाला प्रंचड गाजली. लोकांनी तिला दाद दिली. फोनद्वारे अनेक व्यक्त झाले. तेव्हाच लेखक आणि लेखमालेचं महत्त्व लक्षात आलं. ती लेखमाला पुस्तकरूपाने आली तर संग्रही असावी असं प्रत्येकाला वाटेल. वामनदादा यांनी आपलं उभं आयुष्य आंबेडकवादी विचाराच्या प्रचार- प्रसारात घालविले. हे पुस्तक त्यांच्या कार्याचा गौरव करणारे ठरेल. सोबत समाजाला बावनकशी आंबेडकरवाद कळेल.

भीमा तुझ्या मताचे जर पाच लोक असते

तलवारीचे तयांच्या न्यारेच टोक असते

वाणीत भीम आहे, करणीत भीम असता

वर्तन तुझ्या पिलांचे सारेच चोख असते

**तत्त्वाची जाण असती, बिनडोक लोक नसते
सारे चलन तयांचे रोखठोक असते.**

यातून ते स्व:कीयाचे चिमटे काढतात. पुढाऱ्यांना ओरबडतात. ही एकीची तळमळ आहे. भीमाने ज्ञानसाधनेच्या सामर्थ्याने प्रतिक्रांती रोखली. समाजक्रांती, धम्मक्रांती घडविली. त्यांच्या काव्यात जोश आहे. ऊर्जा आहे. चिंता आहे. तळमळ आहे. आशा आहे. आक्रमण आहे. अशा गीतांमधील काही ओळी. ईव्हीएमच्या काळातही लागू पडेल. वामनदादा विचारतात -

**भीमराया तुझी भीमवाडी
भीमराया तुझी भीमवाडी,
तुझी वाडी लिलावात काढी
मतं सारी तुझ्या बालकांची,
आज भलत्याच पेटीत पाडी**

**असा पुढारी असावा
उपास पोटी जनतेसाठी, तळमळणारा असावा
धनवंताची पुंजी पाहून, पाघळणारा नसावा**

**काल जिंकले ते...
महापातकी या मनूच्या पिलांनी
आपलेच वाडे सुखासीन केले**

**जेथे समाज सारा...
जेथे समाज सारा हा एकरूप आहे
तेथेच खरा माझ्या बाबाचा स्तूप आहे**

आला नवा काळ...

आला नवा काळ आता आला नवा काळ

जुने सारे जाळ आता जुने सारे जाळ

बोधिवृक्षाखाली आली सोनेरी सकाळ

लोकशाही...

अशी कशी बाई तुझी लोकशाही

इथे गौतमाची करुणाच नाही

वामनदादांनी भगवान बुद्ध व डॉ. बाबासाहेब आंबेडकर यांच्याबरोबरच महात्मा फुले, छत्रपती शाहू महाराज, अण्णाभाऊ साठे, बिरसा मुंडा यांचे गीत गायिले. तो भारताचा वाली काव्यात म्हणतात...

तो भारताचा वाली

एकोणीसशे छप्पन साली

पिंपळाच्या झाडाखाली

आम्ही पाहिला

भीमयान गीत संविधानावर आहे. तसेच काही गीते पुणे करार, महू, बुद्धधम्म आणि त्यांचा संघ, गुलामगिरी, लेखणी, समाजव्यवस्था, काळाराम मंदिर, महाडचा संगर यावर आधारित आहे.

फुले-आंबेडकर तारतील तुम्हाला

दुजे सारेच मारतील तुम्हाला...

कोण राखील आता हा भीमाचा मळा...

भीम माझा कसा होता

या ओळी अतिशय भावनिक आहेत. लेखकाने त्यांना साजेसा भाव व्यक्त केला. त्या वाचताना वाचकांचे डोळे पाणावतात. पापण्या

ओलावतात. या शब्द सामर्थ्याला तोड नाही. तथागताचा दु:खहरणाचा मार्ग. बाबासाहेबांचा विकासवाद व्यक्ती, समाज, धर्म, देश व जगाच्या मर्यादा तोडतो. या दोघांच्या तत्त्वज्ञानात जगाच्या पाठीवर वसलेल्या प्रत्येक माणसाचे कल्याण आहे. समता, बंधूता, न्यायाचा मानवतेचा संदेश आहे. अशा विविध गीतांमधून वामनदादा ठासून सांगतात. त्यासाठी वापरलेले शब्द, त्यांच्या काव्य ओळी स्वत:ला भाषा विशारद समजणाऱ्यांना लाजविणाऱ्या आहेत. त्या ओळी वामनदादांनी त्यांच्या लयीत गायिल्या. त्यामुळेच त्यांना महाकवी म्हणून लोकांनी डोक्यावर घेतले. वामनदादा काव्यातून परिवर्तनाचा इतिहास सांगतात. त्यातून ते इतिहासकार ठरतात. लेखकाने या पुस्तकासाठी काव्य निवडताना जुना-नवा इतिहास नजरेसमोर ठेवला. त्याप्रमाणे लेखांची मांडणी केली. त्यातून काव्यात दडलेला इतिहासकार समोर आला. त्या इतिहासकार महाकवीच्या काव्यांवरील लेखकांचे हे पुस्तक तेवढेच गाजेल. त्याने पुस्तकांची मागणी वाढेल. त्यांचे लेख व पुस्तकाची काही पानं ऑनलाईन नजरेखालून घातली. तेव्हाच त्याची खात्री पटली. वामनदादा कडक क्रांतिकारी गीतकार. त्यांच्या गीत, गझलने महाराष्ट्र गाजले. समाज ढवळून निघाला. तथागत बुध्द, डॉ. बाबासाहेब आंबेडकर, महात्मा फुले, छत्रपती शाहू, बिरसा मुंडा आदींचा इतिहास काव्यातून मांडला. ज्याने लोकांच्या ओठांवर शब्द दिले. ते कंठातून स्वर बनून उमटले. ऊर्जा, प्रेरणेचे स्त्रोत बनलीत. त्याचे वैशिट्ये म्हणजे "वामनदादांच्या भावगीतातील आंबेडकरवादी जाणिवा" हे पुस्तक होय.

वामनदादांनी लिहिलेल्या गीतातून मोजके गीतं निवडणे हे जिकरीचे काम लेखक जयंत साठे यांनी सक्षमपणे केले आहे. बुध्द-आंबेडकरावरील काव्य दु:खमुक्ती व मानवमुक्तीचा मार्ग सांगते. विज्ञानवाद, समता, बंधुता, न्याय, लोकशाही सांगते. दु:ख, गरिबी, गुलामी, हिंसाचार, जातपात, धर्मांधता ठोकरते. ही वामनदादांची प्रतिमा व प्रतिभा लेखकाने अतिशय ताकदीने या पुस्तकातून रेखाटली. भावनिक चल

चित्रपट निघेल असा साजेसा भाव लेखकाने व्यक्त केला, असे हे पुस्तक वाचकांना निश्चित आवडेल!

शुभेच्छा!!

२४ डिसेंबर २०२२ — भूपेंद्र गणवीर
ई. व्ही. पेरियार रामास्वामी स्मृतिदिन — नागपूर

वामनदादा कर्डक: राष्ट्रीय एकतेचे चिंतक

महाकवी वामनदादा कर्डक यांचा जन्म नाशिक जिल्ह्यातील सिन्नर तालुक्यामधील देशवंडी (दिसोंडी) येथे १५ ऑगस्ट १९२२ रोजी झाला. त्यांचे हे जन्मशताब्दी वर्ष आहे. त्या अनुषंगाने वामनदादांच्या गीतावर लिहावे म्हणून ह्या ग्रंथाचा प्रपंच केला आहे. वामनदादांच्या सर्वंकष गीतांचे अवलोकन केले तर, आपल्या असं निदर्शनास येते की, त्यांची गीते व गझल बुद्ध सिद्धांत व आंबेडकरवादी तत्त्वांची बांधिलकी स्वीकारणारी आहेत. या दोन तत्त्वाचे सौंदर्य त्यांच्या गीतात पहावयास मिळते. राष्ट्रवाद संकल्पनेबरोबरच लोकरंजनातून लोकशिक्षण देणे, राष्ट्रवादी भावना विकसित करणे आणि तथागत बुद्ध व डॉ.बाबासाहेब आंबेडकरांचे विचारधन जनसामान्यांपर्यंत पोहोचवणे हा त्यांचा उद्देश होता तसेच तो समता, स्वातंत्र्य, बंधुता व न्याय नाकारणाऱ्या भारताविरुद्धही होता. त्यांची गीते भारतावर आक्रमण करणाऱ्या चीन आणि पाकिस्तान विरुद्धही होते. या देशात राष्ट्रीय एकता व एकात्मता नांदावी यासाठीच त्यांची गीते पुढाकार घेताना दिसतात. या गीत-गझलांचा अर्थ लावण्यापेक्षा त्याचा अन्वयार्थ समजून घ्यावा लागेल. तरच त्यांची व त्यांच्या गीतांची महती कळेल, असे मला वाटते.

१५ व १६ जानेवारी २००० रोजी बल्लारपूर येथे अखिल भारतीय आंबेडकरी साहित्य संमेलन भरले होते. सकाळी १० वाजता साहित्यिक, विचारवंत, कवी, श्रोते व नागरिक यांच्या उपस्थितीत वामनदादांना बग्गीवर बसवून शानदार मिरवणूक काढण्यात आली. हा वृत्तांत चंद्रपूच्या आकाशवाणीवरून प्रसारित केला व सूचना प्रसारण विभागाच्या वतीने समालोचन केले. या संमेलनामध्ये वामनदादांना

महाकवी या उपाधीने गौरविण्यात आले व सन्मानपत्र अर्पण करण्यात आले. हे सन्मानपत्र आंबेडकरवादी विचारवंत प्रा. डॉ. यशवंत मनोहर यांनी लिहिले व कविवर्य भाऊ पंचभाई यांनी या मानपत्राचे वाचन केले होते. उचल्याकार लक्ष्मण गायकवाड यांच्या अध्यक्षतेखाली हा सन्मानपत्राचा कार्यक्रम पार पडला. महाकवीचा हा सन्मान स्वीकारल्यानंतर ते अतिशय भावविव्हळ झाले होते. त्यावेळी डॉ. यशवंत मनोहर यांनी त्यांचे सांत्वन केले. हे चित्र आजही डोळ्यासमोर तरळत असते.

वामनदादा एकदा मुंबईला वसंत मून यांच्याकडे गेले होते. तिथे कविवर्य सुरेश भट गझलवर चर्चा करीत होते. गझलेचे शेर ऐकवीत होते. काही वेळ वामनदादांनी ऐकून घेतले व न राहून वामनदादा म्हणाले मी बोलू का? त्यावर सुरेश भट म्हणाले बोला. वामनदादा म्हणाले आपण जे गझलेचे शेर ऐकवीत आहात त्यात अमुक अमुक ओळीत 'रदीफ' चुकीचा आहे. अमुक ओळीत 'काफिया' बरोबर नाही. भट आश्चर्याने साध्या पायजमा शर्टमधल्या वामनदादांकडे पाहत राहिले आणि त्यांनी विचारले, आपण कोण? त्यावर वसंत मून म्हणाले हे वामनदादा कर्डक आहे. त्यानंतर भटांची आणि वामनदादांची गझलेवर वादळी चर्चा झाली. त्यावेळी वामनदादा म्हणाले होते, "भट साहेब मी निरक्षर माणूस, मला साहित्यातलं काय कळतं. मी माणसं वाचतो . माणूस म्हणून मला जे जे कळतं ते ते माझ्या बेंबीच्या देठातून ओठात येतं आणि तेच मी लिहितो". (महाकवी वामनदादा कर्डक: चरित्रकाव्य, संपादन: प्रा. सागर जाधव, पृ. ३६)

वामनदादा कर्डक यांचे समकालीन शाहीर म्हणजे लोकशाहीर अण्णाभाऊ साठे, शाहीर राजानंद गडपायले, कवी दीनबंधू शेगावकर, शाहीर प्रभाकर गवई व शाहीर गोपीनाथ मिसाळ, तर त्यांचे शिष्य म्हणजे कवी गायक लक्ष्मण केदारे व श्रावण यशवंते होय. हजारो गीतांचे लेखन व चित्रपटात गीत लिहिणाऱ्या वामनदादांना ज्यावेळेस आर्थिक अडचणी येत असे, त्यावेळेस ते आपल्या मित्रांना किमान अडीचशे रुपयात कार्यक्रम घेण्याची विनंती करायचे. अशा कफल्लक

अवस्थेत जगतानाही आपला स्वाभिमानी बाणा कायम ठेवून त्यांनी कधी कुणासमोर हात पसरले नाही. गीताच्या माध्यमातून त्यांनी समतेची पेरणी केली.

शेजारी राष्ट्र चीनने भारतावर १९६२ ला आक्रमण केले. त्यावर महाकवी वामनदादा कर्डक यांनी अनेक समर गीते लिहिली आणि गायली. जनतेमध्ये देशप्रेमाची भावना जागृत ठेवली. आम्ही शेजारी राष्ट्र म्हणून मानाचे स्थान दिलं त्याच चीनने या भारतभूमीवर हल्ला करून इथल्या जनतेच्या रक्ताचे घोट घेतले. राष्ट्र म्हणून नुकतंच उदयास येत असलेल्या भारताचे राष्ट्रीयत्वच हिरावून घेण्याचा मनसुबा चीनचा होता. तो त्यांनी गीताच्या माध्यमातून व्यक्त केला.

बॅरिस्टर जिना यांनी द्विराष्ट्रवादाचा सिद्धांत मांडला. मुस्लिमांसाठी स्वतंत्र राज्याची मागणी केली. मुस्लिमांची सभ्यता, संस्कृती, भाषा, साहित्य, परंपरा सर्वच हिंदूपेक्षा वेगळे आहे हे कारण पुढे केले. त्यामुळे त्यांच्या मनाजोगे पाकिस्तानची निर्मिती झाली. भारत पाकिस्तानची फाळणी होऊन सोळा वर्षांचा कालावधी झाला होता. एवढ्या कमी कालावधीत पाकिस्तानने भारतावर भ्याड हल्ला करून आपली संस्कृती व नीती काय आहे हे दाखवून दिले. त्या अनुषंगाने पाकिस्तानला जळजळीत प्रश्न वामनदादांनी गीतांच्या माध्यमातून विचारले होते.

आज देशाची एकता आणि एकात्मता धोक्यात आलेली आहे. या देशांमध्ये उच्च निचता, विषमता आहे त्यामुळे देशाची अखंडता अबाधित राहणार की नाही, असा प्रश्न उपस्थित होतो. प्रत्येकांनी आपल्या हृदयात भ्रातृभाव आणला तरच समतेचा आवाज बुलंद होऊ शकतो. सगळे मिळून ह्या देशाची एकता साधू शकतो. देशाच्या एकतेतच सार्‍यांची लाज आहे. देशाची एकता हाच देशाचा मुकुट असतो. म्हणून देशाची एकता महत्त्वाची आहे. अशा प्रकारचे विवेचन वामनदादांनी केले.

आज भारताच्या स्वातंत्र्याचे अमृत महोत्सवी वर्ष आहे. या अमृत महोत्सवाच्या निमित्ताने या देशांमध्ये समतेचा, ममतेचा एकतेचा मळा फुलला पाहिजे आणि देशामध्ये राष्ट्रीय एकता आणि एकात्मता नांदली

पाहिजे. समतेमुळेच स्वातंत्र्य अबाधित राहते. स्वातंत्र्यामुळे न्यायाची प्रस्थापना होते व त्यायोगे बंधुत्व फुलते असा आशावादही वामनदादा व्यक्त करतात. भारत स्वतंत्र झाल्यानंतरही आमच्या मनातून 'जात' जात नाही तर ती अधिकच घट्ट होत असल्यामुळे समता, स्वातंत्र्य, न्याय व बंधुत्वाची येथे पेरणी होऊ शकत नाही. आपल्याला जर एका मार्गाने जावयाचे असेल तर बंधुत्वाचा अंकुर मनामनात रुजवायला हवा. ज्या मनुने विषमतेची निर्मिती केली त्या विषम विचारधारेचा कायमचा नायनाट करायला हवा.

आम्ही सर्व भारतीय बंधू असून आमच्या मनात वैराची भाषा नसावी. एकमेकांनी एकमेकांचा हात सदैव हातात ठेवला तरच या देशाचे स्वातंत्र्य टिकेल, असा आशावाद वामनदादा कर्डक व्यक्त करतात. भारतीय समाजात समतेचा दीप प्रज्वलित झाल्यासच भारताच्या स्वातंत्र्याला गरिमा प्राप्त होईल, असे त्यांना वाटते.

यवतमाळ येथे १९९७ ला अखिल भारतीय आंबेडकरी साहित्य संमेलन घेतल्या गेले. या संमेलनाच्या अध्यक्षस्थानी बाबूराव बागुल हे होते. त्यांचे भाषणही प्रकाशित झाले होते; परंतु ऐनवेळी ते आले नसल्यामुळे लक्ष्मण गायकवाड यांना संमेलनाचे अध्यक्षस्थान दिले, तर उद्घाटक म्हणून नानकचंद रत्तू उपस्थित होते. या मंडळींमध्ये वामनदादा कर्डक हे प्रमुख अतिथी म्हणून मंचावर विराजमान होते. त्या मंचावर मीसुद्धा उपस्थित होतो. अशावेळी वामनदादांना बाथरूमला जायचे होते. त्यामुळे संयोजकांनी मला वामनदादांना सोबत घेऊन जाण्याचे सुचविले. वामनदादा माझ्या खांद्यावर हात ठेवून विचारपीठाच्या पायऱ्या उतरले. मी त्यांना स्वच्छतागृहाकडे घेऊन गेलो. त्यांचा माझ्या खांद्यावर पडलेला हात आजही मला स्मरणात आहे. वामनदादांचा मला झालेला परिसस्पर्श हीच माझ्यासाठी मोठी भावनात्मक प्रेरणा आहे.

सन २०१२ - १३ ला भूपेंद्र गणवीर दै. सकाळ विदर्भ आवृत्तीचे संपादक असतांना 'वामनदादांच्या भावमुद्रा' या माझ्या सदरात तेरा लेख प्रसिद्ध झाले. प्रकाशित झालेले सर्व लेख राजा ढाले यांना भंडाऱ्यातील

आंबेडकरी साहित्य संमेलनात दाखविले असता, त्यांनी छान शीर्षक दिल्याचे आवर्जून म्हटले. दुसरी बाब अशी की, ते लेख संपूर्ण विदर्भात पोहचल्यानंतर अनेकांनी मला दूरध्वनीवरून संपर्क साधून ही लेखमाला खूप छान आहे. वामनदादाबद्दल छान लिहीत आहात, त्याचे व्यापक स्वरूप करावे अशाही सूचना काही मान्यवरांनी केल्यामुळे मी त्यांचे निवडक ५० गीते घेऊन 'वामनदादांच्या भावगीतातील आंबेडकरवादी जाणिवा' हा ग्रंथ लिहिला आहे. त्यातील माझे वस्तुनिष्ठ विश्लेषण कुठे कमी पडले किंवा विश्लेषण चुकीचे झाले असेल तर हा सर्व माझा दोष आहे. वाचकांनी त्याची नोंद घ्यावी. त्याची दखल निश्चित घेतल्या जाईल असेच याप्रसंगी मी म्हणेन.

वामनदादांच्या गीतांचे विवेचन आणि विश्लेषण करून आंबेडकरोत्तर पार्श्वभूमी गृहीत धरून मांडणी करण्याचा प्रयत्न केला आहे. या ग्रंथाला प्रा. डॉ. उत्तम अंभोरे यांनी प्रास्ताविक लिहून दिले. कवी, समीक्षक संदेश ढोले या ग्रंथाचे यांनी अवलोकन केले. संपादक भूपेंद्र गणवीर यांनी या ग्रंथासाठी प्रस्तावना लिहिली. कवी, समीक्षक व विचारवंत डॉ. अशोक नामदेव पळवेकर यांनी ब्लर्ब लिहून दिले. तर मुखपृष्ठावर वामनदादांच्या चेहऱ्यावर जो निरागसतेचा भाव आहे तो जागतिक चित्रकार बळी खैरे यांनी कोरला असून तो शब्दातीत आहे. या सर्वांचे आभार मानतो. मला माझे जिवलग मित्र संदेश ढोले, प्रा. डॉ. सागर जाधव, पत्रकार अतुल मेहरे, विजय गाडगे, गोपीचंद कांबळे, पवन भगत, प्रा. डॉ. धनराज डहाट, प्रा. रविचंद्र हडसनकर, नरेश मेश्राम, अशोक वाठोरे, नागेश वाहुरवाघ, संजय गोडघाटे, यांनी मोलाचे सहकार्य केले. वामनदादांच्या गीतावरील माझे हे पुस्तक प्रकाशित व्हावे, अशी पत्नी रत्नमाला आणि मुलगा साकेत, भाचा पियुष चिवंडे, मुलगी श्वेता व जावई सुरज पाटील यांची खूप इच्छा होती आज त्यांच्या इच्छेला मूर्त स्वरूप प्राप्त झाले याचे मला आंतरिक समाधान आहे.

- जयंत साठे
दि. १५ ऑगस्ट २०२२
वामनदादा कर्डक जन्मशताब्दी

१. भीमा तुझ्या जन्मामुळे

उद्धरली कोटी कुळे, भीमा तुझ्या जन्मामुळे
एक ज्ञानज्योतीने, कोटी कोटी ज्योती
तळपतात तेजाने, तुझ्या धरे वरती
उजळे, काळोख मावळे, भीमा तुझ्या जन्मामुळे

जखडबंद पायातील, साखळदंड
तटातट तुटले, तू ठोकताच दंड
झाले गुलाम मोकळे, भीमा तुझ्या जन्मामुळे

कुजे वृक्ष तैसाच, होता समाज
हिरवी हिरवी पाने, तयालाच आज
अमृताची आली फळे, भीमा तुझ्या जन्मामुळे

धम्मचक्र फिरले, गेला गेला कलंक
ज्ञानदाता झाला, आज रावास रंक
पंकी सुगंध दरवळे, भीमा तुझ्या जन्मामुळे

काल कवडीमोल जिणे, वामनचे होते
आज जुळे जगताशी, प्रेमाचे नाते
बुद्धाकडे जग हे वळे, भीमा तुझ्या जन्मामुळे

गीतातील गेयता व आशयातील तलमता या गुणांमुळे महाकवी वामनदादा कर्डक यांच्या गीतांनी आंबेडकरवादी समाजाला अंतर्बाह्य विचारक्षम केले आहे. चंद्रपूर जिल्ह्यातील बल्लारपूर येथे भरलेल्या आंबेडकरी साहित्य संमेलनात त्यांना साहित्यिक, कलावंत व हजारो नागरिकांच्या उपस्थितीत महाकवी या उपाधीने गौरविण्यात आले. बाबासाहेबांच्या हयातीत व महापरिनिर्वाणानंतर त्यांनी बुद्ध आणि बाबासाहेबांवर हजारो गीते लिहिली. त्यामुळे आंबेडकरवादी समाजाने त्यांच्या गीतांना महाकाव्य संबोधले आहे. महाकाव्य लिहिणारे दादा महाकवी झाले. आंबेडकरवादी समाजाची सर्व आघाड्यांवर होणारी पिछेहाट असो वा बाबासाहेबांनी केलेल्या क्रांतिकार्यामुळे समाजात आलेली जागृती असो यासंदर्भात वामनदादांची गीते दीपस्तंभ ठरतात.

डॉ. बाबासाहेब आंबेडकर जन्माला आल्यामुळे ज्या अस्पृश्य समाजाच्या पिढ्या बरबादीच्या नरकात बुडाल्या होत्या, त्यांच्या जीवनातील काळाकुट्ट अंधार नाहीसा झाला. बा भीमा! तुझ्या जन्मामुळे कोटी कोटी अस्पृश्यांच्या कुळांचा उद्धार झाला आहे, असे वामनदादा म्हणतात. अस्पृश्य समाजाचा एकमेव उद्धारकर्ता व मार्गदाता असलेले बाबासाहेब शिकले नि अस्पृश्य समाजाला शिक्षणाचा मूलमंत्र दिला. त्यामुळे कोटी- कोटी अस्पृश्यांनी ज्ञान घेऊन तुझ्या पाऊलवाटा चोखाळल्या आणि तुझ्या धरतीवरती म्हणजेच या भारतभूवरती तेजाने तळपत आहेत. अशा या कोटी-कोटी ज्ञानज्योतीमुळे अंधकार मावळला आहे.

'गुलामाला गुलामीची जाणीव करून द्या मग तो बंड करून उठेल,' अशी सिंहगर्जना बाबासाहेबांनी केली होती. तोच धागा पकडून वामनदादा म्हणतात या देशातील चातुर्वर्ण्यव्यवस्थेच्या ठेकेदारांना तुम्ही आव्हान दिले. त्यांच्यासमोर तुम्ही दंड ठोकून उभे राहिलेत, आणि मनूचे वारसदार हतबल झाले. ते पळपुटे निघाले. तुम्ही दिलेल्या आव्हानांना तोंड देण्याची कुवत वर्णवर्चस्ववाद्यांजवळ नव्हती. त्यामुळे अस्पृश्य समाजाच्या पायातील गुलामगिरीचे प्रतीक असलेल्या बेड्या तटातट

तुटल्याने अस्पृश्य समाज गुलामगिरीतून मुक्त झाला. त्यांना माणुसकीचा श्वास घेण्यास मुभा मिळाली.

या देशात आर्यांनी चातुर्वर्ण्यव्यवस्था निर्माण केली. तेव्हापासून समाजरुपी वृक्ष कुजलेला होता. तुम्ही केलेल्या देखभाली व जागृतीमुळे तसेच समाजात निर्माण झालेल्या समता, स्वातंत्र्य, बंधुत्वामुळे त्याला हिरवी हिरवी पाने आणि अमृतरुपी ज्ञानाची फळे लागलीत. हिंदू म्हणून जन्माला आलो परंतु हिंदू म्हणून मरणार नाही अशी भीम प्रतिज्ञा करून बाबासाहेबांनी धम्मचक्र गतिमान केले. त्याबद्दल वामनदादा म्हणतात, 'बाबासाहेबांनी धम्मचक्र फिरविल्यामुळे आम्हा गावकुसाबाहेरील लोकांना जे कलंकित जिणे जगावे लागायचे तो कलंक पुसल्या गेला. आम्ही बौद्ध झालो आणि रावरूपी स्पृश्यांचा रंकरूपी डॉ. बाबासाहेब आंबेडकर ज्ञानदाता झाला. वर्णव्यवस्थेने केलेल्या विषमतारूपी चिखलाला आज सुगंध प्राप्त झाला. काल या शोषित अस्पृश्यवर्गाचे जिणे कवडीमोलाचे होते. आज त्यांना बंद्या रुपयाचे मोल प्राप्त झाले. धम्मदीक्षेमुळे संपूर्ण जगाशी व बौद्ध राष्ट्रांशी आमचे नाते जोडले आहे. महाकारुणिक बुद्धाच्या अहिंसेमुळे हे जग बुद्धाकडे वळत आहे. भीमा हे सर्व तुझ्या धम्मक्रांतीमुळे घडले आहे, असे वामनदादा म्हणतात.

समाजात गुलामी प्रतिक्रांतीमुळे, प्रतिगामी विचारसरणीमुळे निर्माण होत असते. वर्णजातीव्यवस्था जेव्हा आपल्या प्रगतिशील भूमिकेपासून दूर गेल्या, प्रतिगामी बनल्या तेव्हा समाज रसातळाला गेला. विशिष्ट जातीसमाजाची आर्थिक, सामाजिक, राजकीय आणि सांस्कृतिक नाकेबंदी वर्णजातीवर्चस्वस्थानी असणाऱ्या समाजाने केली तेव्हा भयावह अस्पृश्यता समाजात निर्माण झाली. अस्पृश्य गावसमाज बहिष्कृत झाले. डॉ. बाबासाहेब आंबेडकरांचा जन्मसुद्धा अस्पृश्य समाजात झाला; परंतु डॉ. बाबासाहेब आंबेडकरांनी शिक्षणातून प्रज्ञा संपादन केली. अस्पृश्यतेचा प्रत्यक्ष अनुभव आणि ज्ञानाच्या सामर्थ्यावर डॉ. बाबासाहेब आंबेडकर यांनी प्रतिक्रांतीच्या विरोधात समाजक्रांती व

धम्मक्रांती करून, प्रतिगामी विचारांच्या विरोधात पुरोगामी विचारांनी वैचारिक लढाई लढून अस्पृश्यांना गुलामीच्या जोखडातून मुक्त केले. अस्पृश्यांचा उद्धार केला, असे गौरवोद्गार वामनदादा कर्डक यांनी डॉ. बाबासाहेब आंबेडकर यांच्या क्रांतीकार्याविषयी 'भीमा तुझ्या जन्मामुळे' या गीतातून काढले आहेत.

२. तुफानातले दिवे

तुफानातले दिवे आम्ही, तुफानातले दिवे
तुफानवारा पाऊस धारा, मुळी न आम्हा शिवे

हल्ल्यावरती होते हल्ले, अभंग आमचे बालेकिल्ले
तसाच ताठर माथा आमचा, जरा न खाली लवे

हाच बिचारा दुबळा वारा, निर्दयतेने करितो मारा
ह्या माऱ्याने मावळणारी, जात आमची नव्हे

तथागताच्या चिरंतनातून, मानवतेच्या कणाकणातून
भीमयुगाच्या निरांजनातून, तेज मिळाले नवे

काळ्या धरणीवरचे काळे, काळाने विणलेले जाळे
करीत काळे आपले आता, काळ्या करणी सवे

एक दिव्याने पेटविलेले, चरितेसाठी पाठविलेले
काळ्या राणी अखंड येथे, फिरती आमचे थवे

जळू परंतु धरती उजळू, प्रकाश येथे असाच उजळू
सदा चांदणे सुखे नांदणे, हेच आम्हाला हवे.

महाकवी वामनदादा कर्डक यांनी हे गीत १३ फेब्रुवारी १९७१ रोजी लिहिले. वामनदादा म्हणतात, आम्ही तुफानातील दिवे आहोत. आम्ही वादळाचे वंशज आहोत. दिवस रात्र वादळात व तुफानात राहून आम्ही पोलादी गजराज झालो आहोत. या देशात वर्णवर्चस्ववादांनी कितीही तुफान, वादळ वारा उठविला, पावसाच्या धारा कोसळविल्या, कितीही संकटे निर्माण केली, तरीही आम्ही डगमगत नाही किंवा आम्ही हतबल होत नाही. आम्ही या वादळवाऱ्यात खंबीरपणे उभे राहू. कारण आम्ही वादळाचे वंशज आहोत.' डॉ. बाबासाहेब आंबेडकर यांनी केलेल्या जनजागृतीमुळे समाजात स्वाभिमानाचा नवा सूर्य उगवला आहे. अपमान आणि उपेक्षेचे शिकार झालेले तथा न्यूनगंडाने पछाडलेले लोक आता आपले मस्तक स्वाभिमानाने ताठ ठेवू लागले आहेत. परंतु आमच्या स्वाभिमानी बाण्यासमोर खुलेआमपणे वारंवार हल्ले होत आहेत. तरीही आम्ही आमच्या वस्त्या अबाधित ठेवल्या आहेत. तुम्ही आमची कितीही अडवणूक केली तरी तुमच्यासमोर आम्ही कदापि नतमस्तक होऊन झुकणार नाही. आमच्या पोलादी बाण्यासमोर वारंवार हल्ले करणारा हा तुमचा आक्रमणरुपी वारा दुबळा भासतो आहे. तो आमच्यावर दयामाया न दाखवता चहूबाजूंनी घेरून मारा करीत आहे. परंतु या माऱ्याने आम्ही हतबल होणार नाही. या संकटांचा मुकाबला करणारी आम्ही माणसं आहोत.

तथागत सिद्धार्थ गौतम बुद्धाच्या तत्त्वज्ञानातून आणि मानवतेच्या कणाकणातून आम्ही तयार झालेले उपासक आहोत. आता तर आम्हाला बुद्ध व बाबासाहेबांच्या विचारधारेमुळे वैज्ञानिक दृष्टिकोन प्राप्त झाला आहे. त्यातून आम्हाला नवे तेज मिळाले आहे. विषमतावादी विचारसरणी पुरस्कर्त्यांवादांनी आपल्या काळ्या कारनाम्यांनी जे काळे जाळे विणले आहे, त्यात आम्हाला चहूबाजूंनी वेढण्याचा प्रयत्न होत आहेत. ते आपल्या कुटनीतीने आमच्यासोबत काळेबेरे व्यवहार करतील; परंतु आम्ही न डगमगता त्यातून मार्ग काढू. बाबासाहेबांनी आमच्यात जी ज्ञानज्योत पेटवली आहे, त्या ज्योतीने असंख्य प्रबुद्ध उपासक निर्माण केले आहेत. त्या उपासकांचे थवेच्या थवे प्रकाशमान

होऊन खडकाळ मनाची इथली विषमतावादी व्यवस्था नष्ट करण्यासाठी सतत प्रयत्नशील राहणार आहेत. ही व्यवस्था नष्ट करण्यासाठी आम्हाला अनंत यातना, कष्ट सहन करावे लागतील. आम्ही संतापू, तडफडू परंतु या अवनीवर समता, न्याय व बंधुत्वाचा प्रकाश निर्माण करू. विषमतेचा काळाकुट्ट अंधार नाहीसा करून या देशात बंधुभाव निर्माण व्हावा, यासाठी संघर्षरत राहू. भारतभूच्या प्रत्येक पुत्राने सुख आणि समृद्धीने व गुण्यागोविंदाने एकत्र राहावे व हा देश एकसंघ रहावा हे आम्हाला हवे आहे, असे या गीताच्या माध्यमातून वामनदादा कर्डक सांगत आहेत.

३. भीम माझा कसा होता

काय सांगू तुला आता, भीम माझा कसा होता
लेकराला जशी माता, भीम माझा तसा होता

झुंज देऊनी काळाशी, सात कोटी गुलामांचा
उंचविला इथे माथा, भीम माझा असा होता

रास लावून ज्ञानाची, वाटली ती गरिबांना
पाहिला ना कधी जो, तो पामराला पसा होता

अंतकरणाच्या पाठीवर, दीनदुबळ्या समाजाच्या
युगे युगे जो राहील तो, भीम माझा ठसा होता

कायद्याच्या स्वरूपाने, त्याच माझ्या दयाळाने
दान केले या देशाला, ज्ञानसाठा असा होता

वाट खर्चास जाताना, गौतमाच्या निवासाला
दिला काढून कमरेचा, बांधलेला कसा होता

काय सांगू तुला वामन, भीम माझा कसा होता
सात ठिगळांच्या बंडीचा, भीम माझा खिसा होता.

महाकवी वामनदादा कर्डक यांनी बाबासाहेब आंबेडकर यांच्या जन्मापासून ते आंबेडकरवादी चळवळीच्या फुटीरतेपर्यंत गीते लिहून अहोरात्र समाज जागृतीचे कार्य केले आहे. प्रस्तुत गझलच्या रूपाने त्यांनी बाबासाहेबांची महती अनन्यसाधारणपणे विशद केली आहे. शब्द जरी सोपे असले तरी त्याचा आशय शब्दातीत आहे. वामनदादांच्या गाण्याची ढब अशी की ते सरळ रसिकांच्या हृदयाचा ठाव घेतात. वामनदादा म्हणतात, 'काय सांगू तुला आता, भीम माझा कसा होता, लेकराला जशी माता, भीम माझा तसा होता.' या ध्रुवपदात दादांनी बाबासाहेबांना मातेची उपमा दिली आहे. माता जशी आपल्या तान्हुल्याला हृदयाशी कवटाळून ठेवते, त्याचे रक्षण करते, गोंजारते, त्याचा लडिवाळ करते. तसे सात कोटी दलित अस्पृश्यांवर व बहुजनांवर मातेसमान प्रेम करणारा व त्यांना आपल्या पायावर उभे करणारा आमच्यासाठी हा भीम म्हणजेच बाबासाहेब होता. वर्णव्यवस्थेने निर्माण केलेल्या जीवघेण्या काळ्या कायद्याविरुद्ध एकाकी झुंज देऊन इथल्या सात कोटी अस्पृश्य गुलामांना मिळालेली गुलामीची वागणूक झुगारून देण्यास भाग पाडले व इतरांच्या बरोबरीने आम्हाला स्थान प्राप्त करून दिले. आमचा स्वाभिमानी बाणा जागृत केला.

डॉ. बाबासाहेबांनी अनंत कष्ट, यातना, दुःख सोसून ज्ञानाची अत्युच्च शिखरे पादाक्रांत केली. ज्यांना शिक्षणापासून वंचित ठेवून अज्ञानाच्या गर्तेत ढकलल्या गेले त्या गरीबरुपी दीनांना ही ज्ञानाची शिदोरी बहाल केली आहे. अक्षररूपी ज्ञानाचा एकही दाणा ज्यांच्या वाट्याला कधी आलाच नाही त्या पामरांना पसारूपी ज्ञान दाणे देऊन ज्ञान भंडार उघडे करून दिले आहे. दीनदुबळ्या समाजासाठी राब-राब राबणारा त्यांचे दुःख दैन्य पाहून वेदनेने तळमळणारा माझा भीम हा संपूर्ण समाजाच्या संघर्षाच्या काळजाच्या कप्प्यात युगेनयुगे कोरून राहिला. तथागतांची महाकरुणा स्वतः आचरणात आणून बोधिसत्व पदावर पोहोचलेल्या माझ्या दयाळूवंत बाबासाहेबांनी अनंत हालअपेष्टा सहन करून, जगातील सर्व राज्यघटनांचा अभ्यास करून या देशाला आवश्यक असणारी सर्व समावेशक अशी राज्यघटना तयार करून

देशाला अर्पण केली आहे. या राज्यघटनेच्या प्रत्येक कलमात बाबांच्या महाप्रज्ञेचे प्रतिबिंब उमटले आहे.

तथागत गौतम बुद्धाच्या धम्म प्रवासाची वाट चोखळताना बाबासाहेबांनी आपल्या कर्तृत्वातून सम्यक त्यागाची प्रचिती दाखवली आहे. या समाजाच्या उद्धारासाठी आपले सर्वस्व बहाल केले आहे. त्यांच्या त्यागमय जीवनाची कुणी कल्पना करू शकत नाही. इथल्या वर्णवर्चस्ववाद्यांनी केलेल्या काळ्या कारनाम्यामुळे आम्हाला लक्तरलेल्या आयुष्याला झाकण्यासाठी सात ठिगळांची बंडी घालावी लागते. या साता ठिगळांच्या बंडीला असलेला खिसा आपण जपतो. तसे बाबासाहेबांनी आम्हाला जपले व अर्थबळ प्राप्त करून दिले. संपूर्ण समाज दारिद्र्यात खितपतलेला होता, अंधारात चाचपडत होता. लक्तरलेले आयुष्य जगात होता. समाजव्यवस्थेने पददलित समाजाला अज्ञान, अंधकार, दुःख, दैन्य, दास्य, अंधश्रद्धा आणि विषमता या सात ठिगळांच्या सप्तरिपूंनी विनाशाच्या गर्तेत लोटले होते, त्या गर्तेतून आम्हाला बाहेर काढण्यासाठी महाप्रज्ञापुरुष डॉ. बाबासाहेब आंबेडकर हे दीपस्तंभासारखे होते, असे वामनदादा म्हणतात.

४. पाहिले ना जे कधी ते

पाहिले ना जे कधी ते, आज आम्ही पाहतो
जात असता माऊलीची, लाज आम्ही पाहतो

जात असता तात वदला, ताज तख्ता या जपा
त्याच ठाई आज दुसरा, ताज आम्ही पाहतो

भंगले संसार स्वप्न, घर पित्याचे भंगले
बांधणारे भिंत धोकेबाज आम्ही पाहतो

वाटला संसार वाटा, आईचाही पाडला
अन् तिच्या त्या जीवनाची, सांज आम्ही पाहतो

आसवांना वाट देई, मूक माता एकता
अन तिला कापण्याचे, काज आम्ही पाहतो

संपला वामन तयाचे, गीत आता संपले
संपलेल्या गायनाचा, साज आम्ही पाहतो.

हे गीत दोन दृष्टीने समजून घेतले तरच या गीताचा अर्थबोध होतो.
त्यासाठी आपल्याला माऊली या शब्दाचे दोन अर्थ गृहीत धरावे लागेल.
अनादी काळापासून माऊलीवर होणाऱ्या अत्याचारांची परंपरा आजही
कायम आहे. स्त्रियांना भोगवस्तू समजल्या जाणाऱ्या संस्कृतीची ही

देण आहे. ही संस्कृती महिलांच्या हत्याकांड घडवणाऱ्या नराधमांच्या माध्यमातून डोके वर काढत असल्याचे सिद्ध झाले आहे. वामनदादांनी 'पाहिले ना जे कधी ते आज आम्ही पाहतो' या गझलेच्या माध्यमातून माऊलींवर होणारा जघन्य अत्याचार कथन केला आहे. तो का होतो? त्याची कारणे कोणती आहेत? हे सांगितले आहे. वामनदादा म्हणतात, 'जे आम्ही कधी अपेक्षिले नव्हते ते आज आम्हाला उघड्या डोळ्यांनी पहावे लागत आहे.

स्वातंत्र्याच्या ६५ वर्षानंतरही आज आमच्या माऊलीची अब्रू वेशीवर टांगली जात आहे. परंतु आम्ही एवढे बेशरम की आम्हाला थोडीही लाज, शरम वा भीती उरली नाही. माऊली म्हणजे आई! कोणत्याही समाजाची साधीभोळी महिला! मायेने पाखर घालणारी स्त्री! जननी म्हणजे माऊली होय. ती कधी आईच्या, बहिणीच्या, आजीच्या, शिक्षिकेच्या, पत्नीच्या, नेत्याच्या रूपाने पहावयास मिळते. परंतु जिकडे-तिकडे माऊलींवर अन्याय, अत्याचार बलात्काराने परिसीमा गाठली आहे. आम्ही एवढे लतकोडगे की त्या नराधमांचा मुकाबला न करता शांतपणे पाहत बसलो आहोत. या गझलेच्या माध्यमातून वामनदादांनी माऊली हा शब्दप्रयोग डॉ. बाबासाहेब आंबेडकरांसाठी योजला आहे.

बाबासाहेब आम्हाला सांगून गेले होते की, समाजातील सर्व घटकांच्या रक्षणासाठी मी समाज जागृतीचा रथ येथपर्यंत आणला आहे. तो पुढे नेता येत नसेल तर नेऊ नका! समाज जागृतीचा दिवा तेवत ठेवण्यासाठी त्याला मागे मात्र येऊ देऊ नका. परंतु आम्ही एवढे नतद्रष्ट की, बाबासाहेबांचे विचार त्यागून दुसऱ्यांचे विचार स्वीकारू लागलो. किती तरी यातना सहन करून बाबासाहेबांनी ही चळवळ उभी केली. परंतु पद-प्रतिष्ठेच्या खोट्या लालसेपाई व दुसऱ्यांच्या महालात जाण्यासाठी आम्ही स्वतःची झोपडी उद्ध्वस्त करीत आहोत. येणाऱ्या कठीण काळात माझा समाज स्वबळावर उभा झाला पाहिजे, हे जे स्वप्न डॉ. बाबासाहेबांनी पाहिले होते ते स्वप्न आज भंगले आहे. समाजाच्या उद्धारासाठी एकजुटीने वागा! संघटित व्हा! असा मोलाचा

संदेश डॉ. बाबासाहेब आंबेडकरांनी दिला होता. त्यांनी परिश्रमातून निर्माण केलेल्या चळवळरूपी रथाचा कासरा आमच्या हातात दिला. परंतु आम्ही आपल्या रथाचा एकेक हिस्सा वाटून घेतला. कुंपणच आता शेत खाऊ लागले आहे. तुमचे वारसदार धोकेबाज निघाले आहेत. बाबासाहेब तुम्ही आम्हाला संघटित राहण्याचा सल्ला दिला होता. पण आम्ही एवढे कृतघ्न की, तुमची चळवळच फोडली. त्या चळवळीत फुटीरतेच्या बीजांची पेरणी करून संपूर्ण चळवळच गटातटात वाटून घेतली. या चळवळीच्या प्राणधारणेची व तिच्या सर्वस्वाची आम्ही विल्हेवाट लावली आहे. या चळवळीची वाताहत पाहून ऐक्य, एकतारुपी माता भावविव्हळतेने व्याकूळ झाली आहे. तिच्या तोंडून ब्र ही निघत नाही. ती केवळ आपल्या अश्रूंना वाट तेवढी मोकळी करून देत आहे. त्या ऐक्यरुपी मातेला पुनः संघटित करण्याचे कार्य सोडून तिला दुफळीत नेण्याचे दुष्कृत्य आम्ही करतो आहोत. तिला नष्ट करण्याचे पातक आमच्या हातून घडत आहे.

डॉ. बाबासाहेब आंबेडकरांच्या महापरिनिर्वाणानंतर समाज विघटित झाला. दिशाहीन झाला. त्याची पीछेहाट झाली. निर्माण झालेली ही पोकळी आता भरून निघणार नाही. भीमसागराला लागलेली ओहोटी पाहून वामदादांचा जीव अधिकच तळमळत आहे. चळवळ संपत असताना आम्ही डोळ्यावर झापड बांधून मूग गिळून बसलो आहोत. बाबासाहेबांनी दिलेले तत्त्वज्ञान तेवढे आमच्याजवळ शिल्लक आहे. बाकी सर्व इथल्या धुरीणांनी नष्ट केलेले आहे. जे पाहावयास नको ते पाहण्याचे लांच्छन आज आमच्या माथी आहे, असे वामनदादांनी व्याकूळतेने सांगितले आहे. या गीताचा शब्दशः अर्थ वेगळा निघतो पण आपल्याला आंबेडकरवादी अन्वयार्थाच्या अंगाने हे गीत समजून घ्यावे लागते.

५. मजूर मंत्री आंबेडकर

या देशाचे मजूर मंत्री होते माझे आंबेडकर
मजुरांच्या लाभाची जंत्री होते माझे आंबेडकर

स्वराज्य आले नव्हते तेव्हा गोऱ्यांच्या काळा मधले
दीनदुबळ्या मजुरांचे वाली होते माझे आंबेडकर

बारा तास मजूर सारे रोज इथे राबत होते
या देशाचे मालक त्यांना रोज असे दाबत होते

आंबेडकरांनी कायदा केला आठ तास कामाचा
या तासातच खपणाराला घास मिळाला घामाचा

वामनावानी मजुरा रे मालकशाही गाडू ये
ठायी ठायी पिळणारांची धिंड अशी ही काढू ये.

सन १९३६ ते १९४२ पर्यंत स्वतंत्र मजूर पक्षाच्या निशाणाखाली पक्षनेते या नात्याने डॉ. बाबासाहेब आंबेडकर यांनी प्रभावी कामगिरी बजावली. ते शेतकरी व कामगार यांचे प्रश्न, त्यांचे हक्क यासाठी लढले. २७ जुलै १९४२ रोजी त्यांनी व्हाईसरॉयच्या कार्यकारी मंडळात मजूर खाते सांभाळण्यास आरंभ केला. मजुरांना लाभ देण्यासाठी कामगार विषयक कायद्यात एकसूत्रता कशी आणावी, औद्योगिक कलह मिटवून त्यांना जास्तीत जास्त लाभ मिळवून देण्यासाठी बाबासाहेबांनी अतोनात

कष्ट उपसले. भारताला स्वातंत्र्य मिळण्याआधी सर्व कार्य ब्रिटिशांच्या कायद्यानुसार चालत असे. अशावेळी डॉ. बाबासाहेब आंबेडकर अस्पृश्य, कामगार व शेतकरी यांना संघटित करून दीनदुबळ्या मजुरांसाठी झटले. त्यांना सामाजिक, आर्थिक, सांस्कृतिक व राजकीय लाभ मिळावेत यासाठी जाती निरपेक्ष मजुरांची आघाडी संघटित केली. गोरगरिबांच्या आणि कामगारांच्या हितासाठी त्यांनी आपले आयुष्य समर्पित केले होते. जगातील कामगार चळवळीचा व कामगारांच्या प्रश्नांचा आणि त्यासंबंधी झालेल्या देशातील व परदेशातील कायद्यांचा व्यासंगी अभ्यास करून दीनदुबळ्यांचे तारणहार बनले.

पारतंत्र्यात मजुरांचा वाली उरला नव्हता. त्यावेळी मजुरांना बारा-बारा तास काम करावे लागायचे. कारखानदार मजुरांचे शोषण करीत असत. त्यांची पिळवणूक करीत असत. त्याकाळी कामगारांचे हित जोपासणारे कायदे नव्हते. सर्व बाजूंनी कामगार दडपला गेला होता. अतिरिक्त मूल्यांचा त्यांना वाटा मिळत नव्हता. ब्रिटिश अमलाखालील कामगारांचे भवितव्य कारखानदारांच्या इच्छेशी जखडून टाकल्यामुळे कामगारावर जघन्य अन्याय करण्याची अलिखित मुभा त्यांना मिळाली होती. कामगारांचे दुःख पाहून बाबासाहेब तळमळत होते. मजूर मंत्री म्हणून आपल्या कारकिर्दीत बाबासाहेबांनी कामगारांचे हित करणारे निर्णय घेतले. कामगारांच्या हिताची जपणूक व्हावी म्हणून कामगार अधिकारी पद निर्माण केले. नोकऱ्या मिळाव्यात यासाठी सेवा योजन कार्यालये आणली. त्यांची कामगारवर्गाला महत्त्वाची भेट म्हणजे आठ तासांची पाळी (shift) करण्यात आली. या आठ तासात राबणाऱ्या कामगाराला आपल्या हक्काचा घास मिळू लागला. अशा तऱ्हेने शोषणमुक्त समाज व्यवस्था निर्माण करण्यासाठी बाबासाहेब परिश्रम घेत होते.

दिनांक १२ व १३ फेब्रुवारी १९३८ रोजी मनमाड येथे जी. आय. पी. रेल्वेमधील दलितवर्गाच्या परिषदेचे अध्यक्षपद बाबासाहेबांनी भुषवले होते. यावेळी सभेला संबोधित करताना ते म्हणाले, 'सामाजिक अन्यायाविरुद्ध आपण लढा देत आहोत. पण आज आर्थिक विषमतेविरुद्ध

लढा देण्यासाठी एकत्र आलो आहोत. या देशातील कामगारांना दोन शत्रूविरुद्ध लढा द्यावा लागणार आहे. एक ब्राह्मणशाही व दुसरी भांडवलशाही.' डॉ. बाबासाहेब आंबेडकरांचा भर कामगार ऐक्यावर होता. कामगारवर्गात जातीप्रथा असेल तर कामगारांचे ऐक्य कसे संभवेल. म्हणून त्यांनी समान प्रश्नांवर संघटित व्हायचे आणि संघटनेच्या बळावर आपले प्रश्न सोडवले पाहिजे, असे आग्रहपूर्वक सांगितले.

त्रिपक्ष कामगार परिषदेचे दुसरे अधिवेशन मजूर मंत्री डॉ. बाबासाहेब आंबेडकर यांच्या अध्यक्षतेखाली नवी दिल्ली येथे ६ व ७ सप्टेंबर १९४३ रोजी भरले. या अधिवेशनात त्यांनी अन्न, कापड, निवारा, शिक्षण, सांस्कृतिक साधने आणि आरोग्याची साधने याविषयी कामगारांच्या मागण्या मांडल्या. एका ठरावामुळे कामगारांचा पगार आणि उत्पन्न याविषयी संशोधन करण्याच्या आणि कामगारांना सामाजिक संरक्षण मिळवून देण्याच्या दृष्टीने माहिती गोळा करावी असे ठरले. त्याकाळी कामगारांची कोणतीही संघटना संघटित स्वरूपाची नव्हती किंवा कामगारांच्या कल्याणाचे कायदे नव्हते. इंग्रजांनी या देशात कारखानदारी उभी केली ती येथील कामगारांनी कष्ट करून उत्पादन करावे व त्या माध्यमातून इंग्रजांनी आपली संपत्ती अर्जित करावी या हेतूने! देशात स्वस्तात मजूर उपलब्ध असल्याने कमी किमतीच्या श्रमशक्तीच्या जोरावर आपला दबदबा निर्माण करण्याचे धोरण त्यांनी अवलंबिले होते. त्या परिस्थितीत नवीन दिशा देण्याचा प्रयत्न डॉ. बाबासाहेब आंबेडकरांनी केला. त्यांच्या या प्रयत्नातून मजुरांना संघटित करून मालकशाहीच्या विरोधात उभे करण्यात आले व कामगारांची होणारी सर्व स्तरातील पिळवणूक संपुष्टात आणण्यासाठी प्रभावी पाऊल उचलण्यात आल्याचे प्रतिपादन वामनदादा वरील गीतात व्यक्त करतात.

६. तू भीमा आईचा पान्हा

तू भीमा आईचा पान्हा, मी रमा आईचा तान्हा
तुझाच गोजिरवाणा, भीम राणा रे

तू तथागताची गाथा, मी उपासकाचा माथा
गातो तुझा तराणा, भीमराणा रे

तू क्रांतीचा उद्गाता, मी तुझ्या तिराचा भाता
तूच फुलेचा बाणा, भीम राणा रे

तू आम्रतरूची झाडी, मी त्याच फळांची आढी
रस रसले पिकताना, भीम राणा रे

तू भला थोरला सिंधू, तू सिंधू मी तर बिंदू
भारी तुझा घराणा, भीम राणा रे

ही मुळी न जावो वाया, वामनची सारी काया
व्हावी तुझ्या वहाणा, भीम राणा रे

डॉ. बाबासाहेब आंबेडकर आणि जनसामान्यांचे एक अतूट नाते आहे. समाजातील सर्व स्तरातील लोक डॉ. आंबेडकर यांना बाबासाहेब म्हणायचे. त्यांच्याप्रति वामनदादांच्या काय भावना आहेत, त्या अलवारपणे या गीतातून त्यांनी उघडून दाखविल्या आहेत. बा भीमा!

तू भीमा आईचा पान्हा आहेस. तुला भीमा आईने पाहिल्यास तिचा पान्हा दाटून येतो आणि त्यांच्या मनात तुमच्याप्रति गहिवर उत्पन्न होतो. तुम्ही त्यांचा पान्हा आहात तर मी आणि हा समाज रमा आईचा तान्हुला बाळ आहो. हे बा भीमा! मी तुझाच लाडका गोजिरवाणा बाळ आहे. ज्याप्रमाणे माता भीमा आईने तुमचा प्रतिपाळ केला; त्याप्रमाणे तुम्ही आमचा सांभाळ केला आहे. बा भीमा! तुम्ही तथागतांच्या साऱ्या गाथांना व त्यांच्या तत्त्वज्ञानाला आपल्या हृदयात साठवून तुम्ही बोधिसत्व झाले. बाबासाहेबांनी दाखविलेल्या सद्धम्माच्या पाऊलवाटेवरून चालणाऱ्या उपासकांचा मी विचार आहे. भीमराया मी तुझेच क्रांतिगीत गात आहे. बा भीमा! तुम्ही रक्तविहीन क्रांती केली आहे. शांतीदूताच्या बौद्ध धम्माचा तुम्ही अंगीकार केला आहे. त्या धम्मक्रांतीचे तुम्हीच प्रणेते आहात. अहिंसामय धम्मक्रांतीकरिता तुम्ही जे शब्दास्त्र वापरले आहेत त्या शब्दास्त्रांना साठवणारा मी भाता झालो आहे.

क्रांतीबा जोतिबा फुले यांना अभिमान वाटावा असे क्रांतिकार्य तुम्ही पार पाडले आहे. तुम्हीच खऱ्या अर्थाने फुल्यांचे वारसदार शोभून दिसत आहात. बा भीमा! तुम्ही आम्रवृक्षांची बाग आहात. या बागेत लागलेल्या आंब्याच्या फळांचा मी देठ झालो आहे. फळरुपी चळवळ परिपक्व होताना प्रत्येक कार्यकर्ता रसभरीत झाला. त्याला बऱ्या वाईटाचा अनुभव आला आहे. तुझ्या या क्रांतिकार्यामुळे आणि चळवळीमुळे त्याला त्याचे हक्क व अधिकार मिळाले आहेत. त्यामुळे बा भीमा! चळवळीची भरभराट होत आहे. बा भीमा! तुम्ही माझ्यासाठी महाकरुणेचा महासागर आहात. तर मी त्या महासागरातील पाण्याचा एक थेंब आहे. तुम्ही अतोनात कष्ट उपसून जे ज्ञान मिळविले आहे, त्या ज्ञानातील मी एक शब्द आहे. बाबासाहेब तुमचे सपकाळ कूळ फार महान आहे. धन्य आहे. त्या कुळाला माझे वंदन असो. बा भीमा! तुमच्या क्रांतिकार्याचा वाटेकरी होण्याची मला संधी मिळावी, तुम्ही जो खडतर मार्ग पत्करला आहे, त्यावरून चालताना आपण अनंत यातना हालअपेष्टा सोसल्यात.

माझ्यासारख्या समाजातील पामरांना सन्मान मिळवून दिला. तुमच्या उपकाराची परतफेड करणे या जन्मी शक्य नाही. त्यामुळे माझ्या शरीराच्या चामडीपासून वहाणा बनवून मी तुमच्या चरणी सदैव राहिलो तरी तुमच्या उपकाराच्या ओझ्यातून आम्ही मुक्त होऊ शकत नाही, असे मनोगत वामनदादांनी व्यक्त केले आहे. या गीतातील मी हा शब्द समाजासाठी योजला आहे.

७. भीमा तुझ्या मताचे

भीमा तुझ्या मताचे जर पाच लोक असते
तलवारीच्या तयाचे न्यारेच टोक असते

वाणीत भीम आहे करणीत भीम असता
वर्तन तुझ्या पिलाचे सारेच चोख असते

गोळी खुशाल घाला फाशी खुशाल द्या रे
खोटे इथे खन्याचे दुसरेच टोक असते

तत्त्वाची जाण असती बिनडोक लोक नसते
सारे चलन तयांचे ते रोखठोक असते

सद्भाव एकतेचे जर अंतरात असते
दुजे कुणीच नसते सारेच एक असते

वामन समान सारे स्वार्थाने अंध नसते
तुझिया कृतीप्रमाणे सारेच नेक असते

समतेवर आधारित समाजव्यवस्था निर्माण व्हावी यासाठी डॉ. बाबासाहेब आंबेडकरांनी अतोनात कष्ट उपसले. समाज, अर्थ, संस्कृती, धम्म व राजकारण या क्षेत्रात काम करणाऱ्या धुरीणांनी एकत्र येऊन एक मोठी चळवळ उभारावी. जेणेकरून समाजातील

प्रत्येक वंचित घटकाला त्याचा लाभ होईल, अशी बाबासाहेबांची अपेक्षा होती. ही गोष्ट त्यांनी आपल्या भाषणात अनेकदा बोलून दाखवली होती. त्यांच्या हयातीत तर समाज संघटित होता. कार्यप्रवणही होता. परंतु त्यांच्या महापरिनिर्वाणानंतर अवघ्या काही महिन्यातच आंबेडकरवादी राजकारणात, समाजकारणात, धम्मकारणात, अर्थकारणात व सांस्कृतिक कार्यात अंतर्गत विचारकलह सुरू झाला. बाबासाहेबांच्या विचारांच्या चिंधड्या चिंधड्या उडायला सुरुवात झाली. ती आजतागायत सुरू आहे. म्हणून वामनदादांना या ओळी सुचल्या. ते म्हणतात, 'भीमा तुझ्या मताचे जर पाच लोक असते, तलवारीच्या तयाचे न्यारेच टोक असते'.

सामाजिक, आर्थिक व राजकीय क्षेत्रात काम करणाऱ्या पुढाऱ्यांनी, धुरीण साहित्यिकांनी, धम्माचे कार्य करणाऱ्या भिक्खू, बौद्धाचार्य, नेते व उपासकांनी एकत्र येऊन बाबासाहेबांच्या चळवळीचा वारसा पुढे नेला असता तर या समाजव्यवस्थेचे वेगळेच चित्र दिसले असते. बाबासाहेबांना अपेक्षित असलेली समतेवर आधारित समाजव्यवस्था दिसली असती अन् प्रत्येक धुरीणांच्या चेहऱ्यावर स्वाभिमानाची झळाळी चमकताना दिसली असती; परंतु बाबासाहेबांच्या महापरिनिर्वाणानंतर प्रत्येकजण स्वतःला श्रेष्ठ समजू लागले. मी सांगतो तोच खरा आंबेडकर नि तेच खरे आंबेडकरवादी तत्त्वज्ञान, अशा आविर्भावात ते वागू लागले. बेंबीच्या देठापासून आंबेडकरवादी जाणिवांचा गजर करायचा, पण कृतीत मात्र पोटभरू दृष्टिकोन ठेवायचा, अशा दुहेरी मापदंडात धुरीणांनी कार्य सुरू केले. पण आपणच खरे आंबेडकरवादी विचारांचे मारक आहोत, ही खंत जराही त्यांना नसावी! त्यांनी आपल्या वर्तनात सुधारणा घडवून आणल्या असत्या, समर्पित भावनेने चळवळीचा रथ पुढे नेला असता तर, या चळवळीचे भवितव्य उज्ज्वल राहिले असते. वामनदादा म्हणतात, 'मी हे सांगतो म्हणून तुम्हाला अतिशय वाईट वाटत असेल तर मला खुशाल गोळ्या घाला वा फासावर लटकवा! परंतु सत्य हे सत्यच असते. येथे खोट्याचा बोलबाला आहे व सत्याचा भूगराळा झाला आहे.

धुरीणांना समाजाच्या शेवटच्या घटकाच्या वास्तविक स्वरूपाची जाणीव असती आणि अकलेचे तारे तोडणारे नेते नसते तर चळवळीचे स्वरूप काही वेगळेच असते. त्यांच्या खणखणीत नाण्याने अन्यायावर सडेतोड प्रहार करता आला असता. चोहीकडे अन्यायाने परिसीमा गाठली असताना आमच्या मनात एकमेकांबद्दल चांगला बंधुभाव, कणव व उमाळा नाही. ज्या बाबासाहेबांनी समतेला प्राधान्य दिले; तिथे आम्ही विषमतेच्या बजबजपुरीत जगतो आहोत. आमच्या अंतकरणात चांगली भावना निर्माण होत नाही. विघटित अवस्थेमुळे लागलेला फुटीरतेचा शाप समाजाला अधोगतीच्या खाईत ढकलणार आहे. जर आमच्या मनात सद्भाव असता तर सारा समाज एकरूप दिसला असता. बंधूभाव निर्माण होऊन एकता असती. या ऐक्यरुपी परिवर्तनाच्या मशालीने विषमतेचा काळाकुट्ट अंधार दूर सारला असता. उजेडाची क्रांतिगीते वंचितांनी गायली असती. परंतु आम्हाला काम, क्रोध, लोभ, मोह, मद व मत्सर या मनोविकारांनी आंधळे केले आहे. स्वतःचा मतलब साध्य करण्यात आम्ही रत झालो आहोत. इतरांचे भले आमच्या डोळ्यात खुपते आहे. मीपणाने आम्ही अहंकाराच्या डोळ्यात विकारांचा स्तूप बांधत आहोत. मीच काय तो निपुण आणि इतर निर्बुद्ध अशा विचारविश्वात वावरत आहोत.

बाबासाहेब तुम्ही जे समष्टीसाठी समुचित कार्य केले. त्या तत्त्वज्ञानाची शिदोरी आम्ही आमच्याजवळ बाळगली असती तर हा मतलबी दृष्टिकोन आमच्या जवळपास फिरकला नसता. तुमच्या तत्त्वज्ञानाला तिलांजली दिल्यामुळेच हे अघटीत घडत आहे. तुमच्या तत्त्वज्ञानाचे पाईक होणारे तथा खंबीर व गंभीर असणारे पाच कर्तृत्ववान पैदा झाले असते तर तुमच्या चळवळीचा रथ पुढेच पुढे गेला असता, असे भविष्यदर्शी प्रतिपादन वामनदादांनी वरील गीतातून केले आहे.

८. भीमराया तुझी भीमवाडी

भीमराया तुझी भीमवाडी तुझी वाडी लिलावात काढी
मतं सारी तुझ्या बालकांची आज भलत्याच पेटीत पाडी

भाडखावून आमच्या मताची पोळी पिकवीत आले स्वतःची
भाड खाणारे आमचेच भाऊ विकू बघती आता भीमवाडी

ताठ जेथे तुझी मान होती त्या ठिकाणी तुझी शान होती
घेतली रे तुझी तीच माडी लावू बघती तिला आज काडी

हाती आली तुझी उंच माडी तीच वामन जमिनीत गाडी
तोच तोडी तुझी दाट झाडी उभी ठेवी न गवताची काडी

डॉ. बाबासाहेब आंबेडकर कायदेमंत्री बनल्यानंतर हिंदू कोड बिल, मागास दुर्लक्षित समाजासाठी आरक्षणाचा अधिकार देणारे कलम यासारखे विविध समाज परिवर्तनीय कामे त्यांना काँग्रेस करू देत नव्हती. त्यामुळे त्यांनी मंत्रिपदाचा राजीनामा दिला व ते म्हणाले, 'काँग्रेस हे जळते घर आहे, त्याचे चार आण्याचेही सभासद बनू नका.' त्यांच्या महापरिनिर्वाणानंतर ३ ऑक्टोबर १९५७ रोजी रिपब्लिकन पक्षाची स्थापना झाली. काही कालावधीनंतर रिपाइंचे कित्येक गटातटात रूपांतर झाले. हा उपद्रव समाज उघडा डोळ्यांनी पाहू लागला. दलितांवरील अत्याचारात वाढ झाली. अशा विविध परिस्थितीत 'भीमराया तुझी भीमवाडी तुझी वाडी लिलावात काढी,

मतं सारी तुझ्या बालकांची भलत्याच पेटीत पाडी' अशी भावगर्भ गझल वामनदादांनी लिहिली. वामनदादा म्हणतात, 'भीमराया तुम्ही मोठ्या कष्टाने उभे केलेली चळवळ या नतद्रष्ट नेत्यांनी लिलावात काढली आहे. चळवळीवर बोली लावली जात आहे. असे समाज विपरीत कार्य होत असताना कुणीही मायचा लाल हा लिलाव रोखण्यापासून त्यांना परावृत्त करू शकला नाही. चळवळीची शकले झाली. या समाजाचा वाली विधानसभेत व संसदेत जाऊ शकत नाही. इथल्या दलालांनी दगडापेक्षा वीट मऊ म्हणून तुम्ही दिलेल्या मताधिकाराची पुरती वाट लावली आहे. जळत्या घरासाठी मताचा जोगवा मागणारे दलाल पैदा होत आहेत. त्यात बाबासाहेबांना अपेक्षित असणारा एकही लाल दिसत नाही. हे दलाल दुसरे तिसरे कोणी नसून आमचेच भाऊबंद आहेत. बाबासाहेबांनी जीवनात अंगीकारलेली नीतिमत्ता आज दिसत नाही. तत्त्वनिष्ठ बाबासाहेबांनी अनेक संकटांचा मुकाबला केला. पण तत्त्वाशी तडजोड केली नाही. आज सर्वत्र तडजोडीच्या राजकारणाने परिसीमा गाठली आहे. विकाऊ पद्धतीने राजकारण करून, स्वाभिमानाला तिलांजली देऊन निलाजरे दलाल बाबांशी बेईमान होत आहेत.

'सर्वजन हिताय-सर्वजन सुखाय' करण्यासाठी सर्व समाजाच्या उत्थानासाठी बाबासाहेबांनी सामाजिक संघटना व राजकीय पक्ष स्थापन केले. स्वबळावर आमदार खासदार निवडून आणले. विरोधी पक्ष कसा असावा याचा आदर्श नमुना जगाला दाखवून दिला. शुद्ध प्रशासनासाठी आग्रह धरला. लाचलुचपत व भ्रष्टाचाराविरुद्ध एकाकी झुंज दिली. निःस्वार्थ वृत्ती, सेवाभाव व कर्तव्याची जाणीव करून दिली. त्यांच्या विद्वत्तापूर्ण व चारित्र्यसंपन्न व्यक्तिमत्त्वाला अनेक संकटांचा सामना करावा लागला. अशा प्रदीर्घ संकटांचा मुकाबला करून एकजुटीने वागण्याचा सल्ला दिला. तो आम्ही विसरलो. त्यांच्या तत्त्वज्ञानरूपी इमारतीला भुईसपाट करू लागलो. अशा तऱ्हेने आम्ही भीमवाडीचा नाश करीत सुटलो आहोत. स्वतःला आंबेडकरवादी म्हणणाऱ्या धुरीणांनी चळवळीची केलेली शकले पाहून वामनदादा

अत्यंत दुःखी झाले आहेत. त्यामुळेच सदर सशक्त गझल त्यांच्या लेखणीतून प्रसरली आहे. त्यापासून बोध घेण्याइतपत आम्ही आज परिपक्व झालो आहोत काय? असा सवाल ते समाजाला विचारात आहेत.

९. समाजाचं काय

तुझ्या हाती तूप आलं तुझ्या हाती साय
समाजाचं काय आता समाजाचं काय

आज तुझ्या हाती आहे समाजाची नाडी
राहायला माडी आहे बसायला गाडी
तुझा सारा परिवार सुखामधी हाय

काम नाही धाम नाही सकाळी उठून
सुख सारं तुझ्या दारी येतसे कुठून
सांग असा धंदा तुझा आहे तरी काय

हॉटेलात रोज तुम्ही जेवता कसे
गल्ल्यावर काय तुम्ही ठेवता कसे
रोज तुम्ही खाता कसे कोंबडीचे पाय

तुझ्यासाठी सार तुझ्या घरामधे हाय
माझ्यासाठी घास तुझ्या हाती आहे काय
पुसतसे वामनाला वामनाची माय

महाकवी वामनदादा कर्डक यांची गीते जनसामान्यांच्या ओठावर
कायमची घर करून बसली आहेत. या गीतांच्या माध्यमातून

समाजाला अंतर्मुख करण्याचे कार्य त्यांनी केले. 'समाजाचं काय' या गीताने तर दिल्लीपासून गल्लीतल्या प्रत्येक नेत्याचे पितळ उघडे केले. डॉ. बाबासाहेब आंबेडकर हे हयात असेपर्यंत समाज एकसंध होता. माझ्यानंतर या समाजाचे नेतृत्व करण्याच्या लायकीचा मला एकही नेता दिसत नाही, असे म्हणून ते चिंतातुर व्हायचे. या माझ्या भोळ्याभाबड्या समाजाचं कसं होणार? असा प्रश्न त्यांना वारंवार पडायचा. तापाने बेजार झालेले बाबासाहेब बेशुद्धावस्थेतही समाजाच्या भवितव्याविषयी चिंताग्रस्त व्हायचे. बाबासाहेबांच्या महापरिनिर्वाणानंतर उदयास आलेल्या रिपब्लिकन पक्षात फूट पडली. रिपब्लिकन नेत्यांच्या सौदेबाजीला त्रस्त होऊन युवकांनी दलित पँथरची स्थापना केली. या पँथरलाही फुटीचा शाप लागला. त्यातून पुन्हा सामाजिक व राजकीय संघटना उभारल्या जाऊ लागल्या. त्यामुळे समाजाचे काय नुकसान झाले ते वामनदादांनी या गीताच्या माध्यमातून चपखलपणे सांगितले आहे. बाबासाहेबांच्या महापरिनिर्वाणानंतर उदयास आलेल्या नेत्यांपैकी काहींनी निष्ठा जोपासल्या तर काहींनी तथाकथित राष्ट्रीय नेत्यांनी आंबेडकरी विचारधारेच्या विरुद्ध विचारधारा असणाऱ्या पक्षांशी युती-आघाडी केली. या मोबदल्यात राष्ट्रीय अध्यक्ष ते दिल्लीतल्या नेत्यांना निवडणुकीच्या काळात सुगीचे दिवस आले. या काळात ते सुखाचे चार घास खाऊ लागले.

चार वर्षे ११ महिने व १५ दिवस आंबेडकरांच्या नावाने जयजयकार करणारा, जयंती, पुण्यतिथी, धम्मचक्र प्रवर्तन दिन व बुद्धपौर्णिमा मोठ्या धुमधडाक्यात साजरा करणारा व जयभीम ठोकणारा तथाकथित आंबेडकरवादी निवडणुकीच्या काळात कधी गांधीवादी तर कधी संघवादी बनला. त्या मोबदल्यात त्याला मलिदा खायला मिळाला. अशा तऱ्हेने निवडणुकीच्या १५ दिवसांच्या काळात आंबेडकवादी विचारांना हरताळ फासण्यात येतो. समाज गुराढोरांप्रमाणे, भाजीपाल्याप्रमाणे आपली मते विकू लागला. परिणामी, समाज नैतिक अध:पतनाच्या गर्तेत बुडू लागला. साऊथबरो कमिशन समोर व गोलमेज परिषदेत बाबासाहेबांनी

एकाकी झुंज देऊन यांना मताचा अधिकार बहाल केला व आपल्या मताला मीठ मिरची इतके स्वस्त समजू नका असा इशाराही दिला होता. परंतु त्या इशाऱ्याकडेसुद्धा आम्ही लक्ष दिले नाही.

पावसाळ्यात जशा पावसाळी छत्र्या उदयास येतात त्याप्रमाणे हे नेते दिल्ली ते गल्लीपर्यंत उदयास आले. आम्ही समाजाचे तारणहार आहोत, असे भासवून विरोधकांचा मलिदा खाऊ लागले. निवडणुकीत केलेल्या दलालीपायी घर, गाडी, माडी मिळू लागली. अशा दलालांना वामनदादा प्रश्न विचारतात "सांग असा धंदा तुझा आहे तरी काय" निवडणुकीच्या १५ दिवसांत मानमरातब आणि ज्येष्ठ नेत्यांचा हात पाठीवर पडतो. त्यावेळी त्याला स्वर्ग दोन बोटे उरतो. निवडणुकीच्या काळात रोज रात्री हॉटेलला जेवणे, नेत्याने दिलेले टोकन गल्ल्यावर ठेवणे असा त्याचा नित्यक्रम ठरलेला असतो. घरीदारी सुख सुविधा मिळालेल्या या नेत्यांना समाजाकडे लक्ष देण्याची फुरसत आहे काय? असे कितीतरी जळजळीत प्रश्न वामनदादा या गीताच्या माध्यमातून विचारत आहेत.

१०. असा पुढारी असावा

अन्यायाची चिरी चामडी, असा पुढारी असावा
पिळवणुकीला लोणी चारी, असा पुढारी नसावा

गाव गुंडाची टोळी सारी, पिटाळणारा असावा
निरपराधी माणसं मारी, असा पुढारी नसावा

उपास पोटी जनतेसाठी, तळमळणारा असावा
धनवंताची पुंजी पाहून, पाघळणारा नसावा

हलकी भारी जात विषारी, भेद अंतरी नसावा
ब्राम्हण आणि भंगी आता, एका ताटी बसावा

कुणास मारी कुणास तारी, असा पुढारी नसावा
सारी सारी जनता तारी, असा पुढारी असावा

वामनवाणी शिरून कानी, मनात जाऊन बसावा
जनता तारी तो कैवारी, असा अंतरी ठसावा

समाजाचे नेतृत्व करणारा पुढारी कसा असावा याचे सखोल वर्णन या गीताच्या माध्यमातून वामनदादांनी केले आहे. अन्यायावर प्रहार करणारा, जनतेसाठी तळमळणारा, भेदाभेद न मानणारा, समानतेने पाहणारा असा पुढारी असावा, अशी अपेक्षा त्यांनी पुढाऱ्यांकडून केली

आहे. पुढाऱ्यात उपरोक्त गुण नसेल तर तो पुढारी समाजाचा गाडा पुढे नेण्यास अक्षम होतो, असे दादांनी या गीताच्या माध्यमातून स्पष्ट केले आहे.

अन्यायाची चीड असणारा, न्यायमुलक समाजव्यवस्था प्रस्थापित करणारा पुढारी असावा. तर पिळवणूक करणाऱ्यांची हाजी हाजी करणारा पुढारी नसावा. त्याला दम देणारा पुढारी असावा. वर्णव्यवस्थेतून निर्माण झालेल्या जातीव्यवस्थेला टिकवून ठेवण्यासाठी मनुवादी व्यवस्थेने जे गावगुंड निर्माण केले त्या गावगुंडांचा मुकाबला करणारा पुढारी असावा. असे गावगुंड व त्याची टोळी शोषितांवर अन्याय, अत्याचार करतात. धर्मांध शक्ती त्याला खतपाणी घालतात. अशा गावगुंड व धर्मांध शक्तीला नेस्तनाबूत करणारा पुढारी असावा. त्यात निरपराध माणसे भरडली जाणार नाही याची दक्षता घेणारा पुढारी असावा.

दलित, शोषित, वंचित समाजाचे चहूबाजूंनी शोषण झाल्यामुळे या समाजासमोर उदरनिर्वाहाचा मोठा प्रश्न निर्माण झाला आहे. खेड्यातून शहराकडे आलेला रोजगारासाठी वनवन भटकू लागला. उपाशीपोटी जीवन व्यतीत करू लागला. अशा उपाशी राहिलेल्या जनतेसाठी रोजगाराच्या संधी निर्माण करणारा नेता असावा. आपली जनता उपाशी आहे, हे पाहून तळमळ व्यक्त करणारा नेता असावा. परंतु निवडणुकीच्या काळात धनाजींचा पैसा पाहून आपल्या समाजाची मते दुसऱ्याच्या झोळीत टाकणारा नेता नसावा. बुद्ध आंबेडकरांच्या सम्यक त्यागाची प्रचिती आपल्या कृतीतून दाखवणारा नेता असावा. जातीव्यवस्थेला न मानणारा, सर्वच माणसं आमचीच आहेत अशी माणुसकी मानणारा मानवतावादी नेता असावा. जाती-पोटजातीची लागण न झालेला नेता असावा. सर्व जाती-जातीत, पोट-जातीत बंधुभाव निर्माण करणारा नेता असावा. एकदा बंधुभाव निर्माण झाला की ब्राह्मण आणि भंगी समाज एकाच ताटात बसल्याशिवाय राहणार नाही, अशी अपेक्षा वामनदादांनी व्यक्त केली आहे. समाजात बंधुभाव

निर्माण झाला की खऱ्या अर्थाने बाबासाहेबांना अपेक्षित असलेले समाज परिवर्तन साकार झाल्याशिवाय राहणार नाही. असे सामाजिक परिवर्तन घडवून आणणारा नेता असावा. साऱ्या जनतेच्या विश्वासास पात्र ठरणारा व जनतेला तारणारा नेता असावा. सकलजणांच्या हिताचा विचार करणारा नेता असावा.

वामनदादांच्या गीतांनी जनतेच्या कानात शिरून त्यांच्या हृदयात घर केले आहे. तसे जनतेच्या मनात शिरणारा, त्यांचे दुःख दूर करणारा सदैव जनतेच्या पाठीशी राहणारा नेता असावा. जो नेता जनतेचा कैवार घेतो, तोच जनतेला तारतो. असाच नेता जनसामान्यांच्या अंतरात घर करतो, असे वामनदादा शेवटी सांगतात.

११. मान माणसाची

मान माणसाची जिथे ताठ आहे
जयंती सणाचा तिथे थाट आहे

जयंती भीमाची आणि गौतमाची
जिथे खंत सारी मनातील वाची
तिथे माणसाला नवी वाट आहे

गरिबी जीवाला जरी खात आहे
तरी शिक्षणाने पुढे जात आहे
परिवर्तनाची नवी लाट आहे

जरी संकटाची शिरी रात आहे
तरी भीम माझा गरिबात आहे
गरिबांची वस्ती जिथे दाट आहे

तुझे गीत वामन जिथे जात आहे
कुणी ना कुणी ते तिथे गात आहे
तुझी भीमगाथा जिथे पाठ आहे

जयंती सणाचा तिथे थाट आहे

डॉ. बाबासाहेब आंबेडकरांनी सर्व समाजाच्या उत्थानाची बीजे भारतीय संविधानात पेरून ठेवली आहेत. युगानुयुगे अज्ञान, अंधकाराच्या गर्तेत सापडलेल्या अस्पृश्य समाजात जन्म घेऊन या समाजाच्या सामाजिक, आर्थिक व राजकीय परिवर्तनाकरिता त्यांनी जे कष्ट उपसले त्याला जगात तोड नाही. अशा या उद्धारकर्त्याची, मार्गदर्शकाची जयंती गावोगावी, शहरात, देश-विदेशात मोठ्या उत्साहात साजरी केली जाते. डॉ. बाबासाहेब आंबेडकरांनी दलित, शोषित, वंचित समाजाला लाचारीतून मुक्त करून स्वाभिमानाची शिकवण दिली. त्यांच्या शिकवणीमुळे समाज शिकला, नोकरीवर लागला. परिणामी सामाजिक आणि आर्थिक परिवर्तनाचे चक्र गतिमान झाले. म्हणून वामनदादा म्हणतात, 'मान माणसाची जिथे ताठ आहे, जयंती सणाचा तिथे थाट आहे.'

ज्या ठिकाणी पददलित, शोषित, पीडित माणूस स्वतःला लाचारीतून मुक्त करून स्वाभिमानी बाणा दाखवेल, त्याच ठिकाणी खऱ्याअर्थाने बाबासाहेब आंबेडकरांची, बुद्धाची जयंती मोठ्या धुमधडाक्यात साजरी केली जाईल, असे म्हणावे लागेल. बुद्ध आंबेडकरांची जयंती साजरी करताना जो आपल्या मनातील दुसऱ्यांप्रति असलेली चीड काढून टाकेल व मानवतावादी दृष्टिकोन आत्मसात करेल, त्याच ठिकाणी सामाजिक परिवर्तनास सुरुवात होईल. त्याच ठिकाणी खऱ्याअर्थाने बुद्ध आंबेडकरांची जयंती साजरी केल्यासारखे होईल. अठरापगड दारिद्र्य असलेल्या समाजाला क्रांतीबा फुले व बाबासाहेब आंबेडकरांच्या पुण्याईने शिक्षणाच्या संधी प्राप्त झाल्या. एकेकाळची गरीब व्यक्ती शिक्षणामुळे पुढे जात आहे. नोकरीवर लागली आहे. अशा तऱ्हेने सामाजिक परिवर्तनाबरोबर आर्थिक परिवर्तन होत आहे. अशा ठिकाणी बुद्ध आंबेडकरांची जयंती मोठ्या धुमधडाक्यात साजरी केली जात आहे.

दलित, शोषित, आदिवासी समाजासमोर अनेक संकटे उभे आहेत. खाऊजा धोरणामुळे तो चहूबाजूंनी पिसला जात आहे. ८० च्या दशकात नोकरीवर लागलेला सेवानिवृत्त होत आहे. परंतु त्या ठिकाणी नव्याने

जागा भरल्या जात नाही. त्यामुळे पुढच्या पिढीचे भवितव्य अंधकारमय होत आहे. तरी हा दीनदुबळा समाज जो खेड्यात व मोहल्ल्यात राहतो, तोच मोठ्या जल्लोषात बुद्ध-आंबेडकरांची जयंती साजरी करतो. बाबासाहेबांच्या चळवळीचा रथ पुढे नेतो. बाबासाहेबांच्या पुण्याईने जो समाज शिकला सवरला नोकरीवर लागला, तो पांढरपेशावर्ग बनला. तो जयंतीच्या वर्गणीसाठी हात आखडता घेऊ लागला. बाबासाहेबांनी आपल्या हयातीतच अशा वर्गाबद्दल म्हटले होते की, मला शिकल्या सवरल्या लोकांनी धोका दिला. त्याचे प्रत्यंतर आज येत आहे. डॉ. बाबासाहेब आंबेडकरांच्या तत्त्वज्ञानाचा प्रचार आणि प्रसार वामनदादाच्या भावगीतांच्या माध्यमातून सतत होत आहे. या गीतांच्या माध्यमातून जागृतीचे काम केले जात आहे. बाबासाहेबांचे विचार घरोघरी पोहोचले तरच खऱ्याअर्थाने बाबासाहेबांची आणि बुद्धाची जयंती साजरी केल्याचे समाधान आपल्याला प्राप्त होईल. बाबासाहेब या देशातील संपूर्ण समाजाच्या घराघरात पोहोचले पाहिजेत. त्यांचे विचार पोहोचले पाहिजेत. डॉ. बाबासाहेब आंबेडकरांनी ज्या संपूर्ण समाजाच्या उत्थानासाठी आपल्या रक्ताचे पाणी केले, त्याचे काहीतरी चीज झाले तरच बाबासाहेबांची जयंती साजरी केल्याचे समाधान आपल्याला मिळेल, असे वामनदादा सांगतात.

१२. काल जिंकले ते...

काल जिंकले ते इथे हीन केले
पाऊली स्वतःच्या इथे लीन केले

भूमी भारताची हिरावून सारी
धनी भारताचे पराधीन केले,

हिरावून सारे ताट अमृताचे
शिळे चाखणारे असे दीन केले

महापातकी या मनूच्या पिलांनी
आपलेच वाडे सुखासीन केले

हिरावून सारे सुख माणसाचे
मुख वामनाचे उदासीन केले.

या देशाच्या भूमीशी ज्यांचे अतूट नाते होते, त्यांना आर्यांनी गुलाम बनविले. त्यांना माणुसकीचे हक्क नाकारले, परिणामी परावलंबी बनून अपमानास्पद जीवन जगण्याची पाळी त्यांच्यावर आली. साम-दाम-दंड-भेदाचा वापर करून इथल्या देशवासीयांना गुलाम बनविण्यात युरेशियन आर्यांनी यश प्राप्त केले. त्या एतद्देशियांना कायमचे गुलाम ठेवण्यासाठी वर्ण व्यवस्थेची निर्मिती केली. अशा तऱ्हेने या बहुसंख्य समाजाला व त्याच्या अस्तित्वाला जियंदळी तुडविण्यात आले. संपूर्ण

भारतावर एकछत्री साम्राज्य निर्माण करण्यासाठी जातीव्यवस्था निर्माण करून या देशाला व देशाच्या मालकाला पारतंत्र्यात टाकण्यात आले. त्यासाठी मनुस्मृतीची निर्मिती करण्यात आली. या मनुस्मृतीने शुद्रांनी धनसंपत्ती संपादन करू नये यासाठी -

"शत्केनाणि हि शुद्रेण न कार्या धनसंचयः

शूद्रो हि धनमासाद्य ब्राह्मणानेव बाधते"

हा श्लोक लिहून संपूर्ण शुद्रातिशुद्रांना धनसंपत्ती पासून कायमचे वंचित केले. तसेच अस्पृश्यांचे जीवन भीषण अंधकाराने भरून टाकले. अस्पृश्यांची स्थिती अमेरिकेतील निग्रोपेक्षा, इजिप्तमधील इस्माईलीपेक्षा व जर्मनीतील ज्यूपेक्षा अधिक वाईट करण्यात आली. ते या मातृभूमीचे मालक असूनसुद्धा सर्वात निकृष्ट आणि पराकोटीची हीन स्थिती त्यांच्या वाट्याला आली. अमृताचे ताट त्यांच्यापासून हिरावून घेण्यात आले होते. त्यांना चांगले दोन घाससुद्धा मिळू नये यासाठी त्यांना दीन करण्यात आले. उष्टे, खरखटे, शिळे अन्न त्यांच्या वाट्याला आले. मनुच्या वारसदारांनी महापातकी कृत्य करून माणसापासून माणूस दूर सारला. सर्वथैव अधिकार आपल्याजवळ राहावे यासाठी शुद्रांना शिक्षणाचा अधिकार नाकारला. त्या मनुस्मृतीचे डॉ. बाबासाहेब आंबेडकरांनी आपल्या सवर्ण सहकाऱ्यांसह २५ डिसेंबर १९२७ रोजी दहन केले. अस्पृश्यांचे जीवन नरकमय करणाऱ्या या ग्रंथाला भस्मसात केल्यामुळे सामाजिक, आर्थिक, व्यावसायिक, धार्मिक नि अध्यात्मिक विषमतेला कायमचे गर्तेत लोटण्याचे महत्कार्य सुरू झाले. आर्यांनी देशातील संपत्तीचे शोषण करून आपले सुखासिन जगणे अधिक समृद्ध केले. माणसाला कलंकीत जिणे जगण्याची पाळी माणसावर आणली. परंतु त्याचे तसुभरही दुःख वर्णवर्चस्ववाद्यांना वाटू नये याला काय म्हणावे? साऱ्या शूद्र समाजाचे सर्व प्रकारचे सुख नेस्तनाबूत करून मानवतेला कलंकीत करणारी घटना या मनुस्मृतीने उजागर केली आहे. या चहूबाजूंनी घेरलेल्या समाजाला उदासीन करण्याचे पातक एका मनुस्मृतीने केले आहे, असे प्रतिपादन वामनदादा वरील गीतात करतात.

१३. जेथे समाज सारा...

जेथे समाज सारा हा एकरूप आहे
तेथेच खरा माझ्या बाबांचा स्तूप आहे

वादात रंगते ना रंगून भंगते ना
नेतृत्व ते आम्हाला तीर्थस्वरूप आहे

द्वेषाचा दर्प नाही तो काळसर्प नाही
सत्कारणी कृतीचा जेथे हुरूप आहे

तन मनाने धनाने जळतो धिमेपणाने
मानू तयास आम्ही तो भीमरूप आहे

डॉ. बाबासाहेब आंबेडकरांनी २५ डिसेंबर १९५४ रोजी देहू रोड पुणे येथे बुद्धमूर्ती स्थापन केली. यावेळी दिलेल्या भाषणातून पंढरपूरच्या विठ्ठलाची मूर्ती ही बुद्धाची मूर्ती असल्याचे बाबासाहेबांनी सांगितले. देहू रोड येथे समाजाने एकसंधपणे उभे राहून मोठा स्तूप उभारावा अशी त्यांची अपेक्षा होती. परंतु कार्यकर्त्यांच्या आपसातील हेव्यादाव्यांपायी तेथे स्तूप उभा राहू शकला नाही. या गोष्टीचे वामनदादांना तीव्र दुःख झाले. या वेदनेतून वामनदादांनी हे गीत लिहिले.

बाबासाहेबांनी समाजाच्या उद्धारासाठी अतोनात कष्ट उपसले. आपल्या प्रकृतीची तमा न बाळगता समाजाला आपल्या पायावर उभे केले.

एकजुटीने वागा असा सल्ला दिला; परंतु तो आम्ही अव्हेरला. गटातटात गेलो. प्रत्येक जण स्वतःला प्रतिआंबेडकर समजू लागलो. हजारो वर्षांच्या गुलामगिरीचे साखळदंड त्यांनी तोडले, पण आम्हाला गुलामीची सवय असल्यामुळे आम्ही भावाला वैरी तर वैऱ्याला मित्र मानले. दुसऱ्याच्या चरणी लीन होण्यात नि त्यांची गुलामी करण्यात धन्यता मानू लागलो. वामनदादा म्हणतात, 'ज्या ठिकाणी सर्व समाज एकतेने गुण्या गोविंदाने राहतो त्याच ठिकाणी बाबांचे विचार जिवंत आहेत. अन्य ठिकाणी नाही. लोकांचे संरक्षण करण्यासाठी पारध करणारी माणसे निर्माण व्हावी, अशी बाबासाहेबांना अपेक्षा होती. अशा माणसांमधून नेतृत्व गुण असणाऱ्यांकडे चळवळीची धुरा द्यावी, जेणेकरून कार्यकर्त्यांमध्ये वाद-विवाद निर्माण होणार नाही. वाद निर्माण झाला तरी तो सोडविण्याची क्षमता असणारे सक्षम नेतृत्वगुण ज्यांच्या अंगी आहे, त्या नेतृत्वामुळे चळवळ एकसंध राहील, अशी त्यांची अपेक्षा होती. बाबासाहेबांच्या अपेक्षेनुसार कार्य करणारे नेतृत्व आम्हाला मान्य आहे. अन्य नेतृत्व अमान्य आहे. ज्या ठिकाणी द्वेष नाही, एकमेकात समता आहे. इतरांना आदर वाटेल, मानसन्मान वाढेल अशी कृती करावी. उत्तम रीतीने कार्य पार पाडणारे कार्यकर्ते निर्माण झाल्यास प्रत्येक कार्य करणाऱ्याला हुरूप येतो, हे बाबासाहेबांनी ओळखले होते. म्हणून त्यांनी बौद्ध धम्म स्वीकारताना म्हटले होते, हा नवा मार्ग जबाबदारीचा आहे. आपण काही संकल्प केला आहे. काही इच्छिलेले आहे. हे तरुणांनी लक्षात घ्यावे. त्यांनी केवळ पोटाचे पाईक बनू नये. आपल्या प्राप्तीचा निदान विसावा हिस्सा या कामी देईन, असा निश्चय करावा.

जो समाजासाठी, चळवळीसाठी आपला वेळ, श्रम, पैसा, बुद्धी देतो. समाजासाठी झटतो. तोच खरा तरुण आणि तोच खरा कार्यकर्ता! बाबासाहेबांच्या विचारानुरूप कार्य करणाऱ्यासच आम्ही मानू, इतर बोलघेवडे यांना नाही. या गीतातील शेवटच्या कडव्यात वामनदादांचा 'वामन' म्हणून नाममुद्रेचा उल्लेख नाही. वामनदादाच्या मूळ गीतात शेवटचे कडवे असावे अशी शक्यता नाकारता येत नाही.

१४. आला नवा काळ...

आला नवा काळ आता आला नवा काळ
जुने सारे जाळ आता जुने सारे जाळ

बोधिवृक्षाखाली आली सोनेरी सकाळ
गौतमाच्या गळी झाली चिंतनाची माळ
जीवनाचं सोनं तिनं केलं बर बाळ

माणसाच्या प्रवृत्तीचे केले संशोधन
विकाराचे मूळ आहे माणसाचे मन
सांगत असे माणसाला मनाला सांभाळ

माणसाचं मन जसं केवड्याचं पान
केवड्याचं पान कुठे बाभळीचं रान
बाभळीच्या रानाकडे जावयाचे टाळ

माणसाला दुःख देणे हेच खरे पाप
असं कुणा चाऊ नको होऊ नको साप
माणसाने माणसाचा होऊ नये काळ

फेसाळ ते जळ तसे फेसाळू दे मन
वामनाच्या मनापरी झरा तरी बन
भीमा सांगे होऊ नको गटारीचा गाळ

जुने सारे जाळ आता जुने सारे जाळ

डॉ. बाबासाहेब आंबेडकर 'भगवान बुद्ध आणि त्यांचा धम्म' या ग्रंथात म्हणतात," नव्या प्रकाशाच्या प्राप्तीसाठी गौतम जेव्हा चिंतनास बसला तेव्हा सांख्य तत्त्वज्ञानाची पकड त्याच्या मनावर होती. त्याच्या मते जगातील व्यथा आणि दुःख यांचे अस्तित्व ही एक निर्विवाद वस्तुस्थिती होती. तथापि, दुःख नाहीसे कसे करावे हे जाणण्यास गौतम उत्सुक होता. सांख्य तत्त्वज्ञानाने ह्या प्रश्नाचा विचार केला नव्हता आणि म्हणून दुःख नाहीसे कसे करावे या प्रश्नावर त्यांनी आपले चित्त केंद्रित केले. स्वाभाविकपणे त्याने स्वतःला पहिला प्रश्न विचारला की, व्यक्तिमत्त्वाला भोगाव्या लागणाऱ्या दुःखाची व कष्टाची कारणे कोणती? त्याचा दुसरा प्रश्न असा होता की दुःख नाहीसे कसे करता येईल? या दोन्ही प्रश्नांचे बिनचूक उत्तर त्याला मिळाले, ते उत्तर म्हणजे सम्यक संबोधी. याच कारणामुळे त्या पिंपळवृक्षाला बोधिवृक्ष असे नाव मिळाले. बोधिसत्त्व गौतम सम्बोधीनंतर बुद्ध होतात." त्यानंतर गौतम बुद्ध 'बहुजन हिताय बहुजन सुखाय' करिता आयुष्यभर भटकत प्रवचन देत राहिले. यातूनच समस्त बहुजनांच्या जीवनाचे सोने झाले.

तथागताने माणसाच्या प्रवृत्तीचे संशोधन केले. माणसाचे मन हेच विकाराचे मूल आहे. ह्या मनावर संस्कार करून जर मन सांभाळले तर विकार नष्ट होऊ शकतात. केवड्याच्या पानाला सुगंध असतो. त्याच्या पानाचा सुगंध दरवळतो, तसे माणसाचे मन सुगंधी असते; तर कुठे बाभळीच्या काटेरी रानासारखेही असते. म्हणून आपल्याला काय करायचे आणि काय करायचे नाही याची जाणीव असली पाहिजे.

एका माणसाने दुसऱ्या माणसाला दुःखात लोटणे हेच खरे पापकर्म आहे. असे पापकर्म करू नये आणि माणसाने माणसाचा काळ होऊ नये. समुद्राच्या लाटा खडकावर आदळून पाण्याला फेस येतो तसे तुम्ही आपल्या मनावर कठोर ताबा ठेवावा. मनातील विकारांच्या लाटा तृष्णेच्या खडकावर आदळून हा विकार नष्ट करा. तृष्णा नष्ट करा व चांगले सदाचारी नागरिक व्हावे व बहुजनांच्या कल्याणासाठी झटावे. वामनदादा जसे गावोगावी हिंडून फिरून बुद्ध आणि बाबासाहेबांचे तत्त्वज्ञान माणसाच्या मनात गोंदविण्याचा प्रयत्न करतात. तसा प्रयत्न आपण केला पाहिजे. कारण डॉ. बाबासाहेब आंबेडकरांचे अत्युच्च तत्त्वज्ञान आम्हाला मिळालेले आहे. या तत्त्वज्ञानाला संकुचित करण्याचा प्रयत्न आपण करू नये. असे वामनदादाला वाटते. हे गीत वामनदादांनी ७ मार्च १९७८ रोजी घाटकोपर येथे लिहिलेले आहे.

१५. तथागताची ममता

तथागताची ममता आली आज आभाळाखाली
तथागताला तीच म्हणाली आज आभाळाखाली
वालीऽऽ तूच जगाचा वाली, वालीऽऽ तूच जगाचा वाली

समतेसाठी तळमळणारी तुझीच जनता सारी
तुझीच सारी जनता आली आज तुझ्या दरबारी
सारी सारी सृष्टी आली तुझ्याच पंखाखाली

ठायी ठायी नवे नगारे झडू लागले आता
नव्या पथावर नवेच पाऊल पडू लागले आता
सृष्टी सारी तुझी आताशी हसू लागली गाली

तुझीच करुणा धरतीवरती पाऊस धारा झाली
आली आली धरतीवरती नवी टवटवी आली
टवटवणारी नवी टवटवी तुलाच वारा घाली

पहाट वारा आला आता पहाट वारा आला
वामन वानी उभ्या जगाचा सखा सोयरा झाला
तुझीच पाली काल पहाटी पहाट वारा घाली
वाली ऽऽ तूच जगाचा वाली

डॉ. बाबासाहेब आंबेडकर आपल्या 'भगवान बुद्ध आणि त्याचा धम्म' या ग्रंथात म्हणतात, बुद्धांनी ज्यावेळी आपल्या शासनाचा पाया रचला, त्यावेळी काही रूढ कल्पनांनी लोकांच्या मनाची घट्ट पकड घेतली होती. त्या कल्पना विविध प्रमाणांवर विश्वास ठेवणाऱ्या होत्या. आत्म्याची मुक्ती किंवा मोक्ष म्हणजेच त्याच्या पुनर्जन्माचा अंत यावर विश्वास होता. धार्मिक विधी, समारंभ व यज्ञ यावर विश्वास होता. ईश्वरावर आणि विश्वासाचे मुलाधार तत्त्व म्हणून ब्रह्मावर विश्वास होता. आत्म्यावर विश्वास, पुनर्जन्मावर विश्वास या जुनाट कल्पनांचा बुद्धाने समाचार घेतला. बुद्धाने मी कोण आहे? कुठून आलो? कुठे जाणार? याविषयी कल्पना करीत बसण्याच्या वृत्तीचा त्यांनी धिक्कार केला. आत्म्याला सडकावून लावले. शरीर संवेदना, चेतना आणि विज्ञान यापैकी कशालाही आत्मा मानण्याच्या कल्पनेचा त्यांनी त्याग केला. पाखंडी मताचा धिक्कार केला. विश्वाच्या विकासाचा प्रारंभ काळ सांगता येतो, हे म्हणणे त्यांनी अमान्य केले. देवाने माणसाला निर्माण केले किंवा ब्रह्म नावाच्या कुण्या एकाच्या शरीरातून त्याचा जन्म झाला, हे म्हणणे त्याज्य ठरविले. आत्म्याच्या अस्तित्वाकडे दुर्लक्ष केले.

बुद्धाने कार्यकारणभावाचा अत्यंत महत्त्वाचा सिद्धांत आणि त्याचे उपसिद्धांत सांगितले. जीवनाचा दैववादी दृष्टिकोन आणि मनुष्य व जग याचे भवितव्य देवाने पूर्वनियोजित केलेले आहे, हा तितकाच मूर्खपणाचा दृष्टिकोन, हे दोन्हीही त्यांनी त्याज्य ठरविले. आत्म्याचा फेरा संसार या तत्त्वाच्या जागी त्यांनी पुनर्जन्माच्या सिद्धांताला स्थान दिले. आत्म्याची मुक्ती किंवा मोक्ष या तत्त्वाऐवजी त्यांनी निर्माण तत्त्व स्वीकारले. याप्रमाणे बुद्ध शासन हे संपूर्ण नव्या विचारांनी भरले आहे. त्यात जे काही थोडेसे जुने आहे ते फेरफार करून घेतलेले किंवा निरनिराळ्या दृष्टिकोनातून मांडलेले आहे.

वैदिक काळात विषमता होती. यात संपूर्ण जनता भरडली जात होती. म्हणून ही जनता समतेसाठी तळमळत होती. भ. बुद्ध यांनी

आपल्या धम्मात समता सांगितल्यामुळे ही सारी जनता आज भ. बुद्धाच्या धम्माकडे आकर्षित झाली आहे. जगातील सारे देश आज भ. बुद्धाकडे आसुसलेल्या नजरेने पाहत आहेत. अशा तऱ्हेने भ. बुद्धाचा हा नवा विचार जनता स्वीकारू लागली आहे. भ. बुद्धाची प्रत्येक कृती महाकरुणेने ओथंबलेली होती. ती धरतीवर पाऊस धारेप्रमाणे बरसत होती. ह्या महाकरुणेमुळे या धरतीवर नवी टवटवी आली होती. हा समतेचा, ममतेचा, कारुण्याचा पहाट वारा सृष्टीत नवी टवटवी आणत होता. असा हा मंगलमय पहाटवारा आलेला आहे. हा मंगलमय पहाटवारा उभ्या जगाचा सखा सोयरा झालेला आहे. भ. बुद्धाने आपले तत्त्वज्ञान लोकभाषेत म्हणजेच पाली भाषेत सांगितले. हे पाली भाषेतून सांगितलेले तत्त्वज्ञान लोकांनी अंतर्मुख होऊन ग्रहण केले. अशा तऱ्हेने भ. बुद्ध हे जगाचे वाली म्हणजेच तारणहार बनले, असे महाकवी वामनदादा कर्डक सांगतात.

१६. भीमाची लेखणी

जगातली देखणी, अहो जगातली देखणी
ग बाय मी भीमाची, भीमाची लेखणी ग ...

काळ्या मनूचा, इमला मी पाडला
त्यातच मनूचा, मुडदा मी गाडला
मुडदा मनूचा, मीच पाडला रणी ग...

ऐग्या गैऱ्यांच्या, गैऱ्यांच्या लेखण्या
साऱ्या दिसायला, दिसायला देखण्या
काळ्या मनाच्या, काळ्या साऱ्या जणी ग...

क्रांतिवीराची, केली मी चौकशी
मैत्री भीमाशी, जडली माझी अशी
क्रांती भीमाची, ठसली माझ्या मनी ग...

साथी रमाचा, वामनचा सारथी
त्या बल भीमाची, झाले मी भारती
त्या बल भीमाच्या, झालो दोघीजणी ग...
बाय मी भीमाची, भीमाची लेखणी ग...

भीमाची लेखणी किती धारदार होती, त्या लेखणीची महती वामनदादांनी या गीतात गायली आहे. ब्रिटिश साम्राज्यात बाबासाहेबांची लेखणी

तर अधिकच धारदार होत होती. कोलंबिया विद्यापीठात एम.ए. ला असताना त्यांनी आपल्या लेखणीचा पहिला प्रहार 'ईस्ट इंडिया कंपनीचे प्रशासन आणि अर्थनीती' या शोधनिबंधामध्ये केला. त्यानंतर पीएचडीच्या पदवीकरिता 'ब्रिटिश भारतातील प्रांतिक वित्ताची उत्क्रांती' या ग्रंथात ब्रिटिश केंद्र सरकार यांनी भारताची कशी लूट चालविली आहे, हा ब्रिटिशांवर केलेला दुसरा प्रहार होता. 'रुपयांचा प्रश्न उद्गम आणि विकास' या आपल्या डी. एस. सी. च्या ग्रंथाच्या माध्यमातून ब्रिटिश सरकारवर तिसरा प्रहार करण्यात आला.

सुप्रसिद्ध अर्थशास्त्रज्ञ प्रोफेसर केन्स आणि इतर अर्थशास्त्रज्ञांनी सुवर्ण विनिमय मानकाचा पुरस्कार केला होता. त्याला बाबासाहेबांनी कडाडून विरोध केला. अशा या बाबासाहेबांच्या लेखणीने इंग्रज सरकारला सळो की पळो करून सोडले होते.

जातिप्रथेचे निर्मूलन या भाषणात तर बाबासाहेबांची लेखणी अशी गर्जली की, आयोजकांना बाबासाहेबांना भाषण देता येऊ नये, अशी परिस्थिती निर्माण करावी लागली. बहिष्कृत भारत, मूकनायक, समता, प्रबुद्ध भारत आदी वृत्तपत्रातून बाबासाहेबांनी आपली लेखणी इथल्या तळागाळातील दीन, दलित, शोषित, बहुजनवर्गासाठी झिजविली आणि त्यांना सन्मानाचे जीवन प्राप्त झाले पाहिजे म्हणून संविधानात तशी तरतूद करून ठेवली. संविधान अस्तित्वात आल्यानंतर मनुस्मृतीचा कायदा रद्दबातल ठरविण्यात आला. विषमतेच्या जागी समानता निर्माण झाली. अशा तऱ्हेने या लेखणीने मनुचा मुडदा जमिनीत गाडून टाकला. त्याच काळामध्ये इतरांच्या लेखणी मर्यादित स्वरूपात लिखाण करीत होत्या. ती इथल्या शोषित, वंचितांसाठी लिहीत नव्हती. त्याद्वारे त्यांच्या लेखणीचे काळे मन उजागर झाले होते. बाबासाहेबांची लेखणी ही क्रांतिवीरांशी नाते जोडणारी होती. म्हणून क्रांतीशी भीमाचीसुद्धा मैत्री जडली. भीमाने बाबासाहेबांनी केलेली धम्मक्रांती या क्रांतीची शिलेदार ठरली. महाडचा संगर असो, काळाराम मंदिराचा सत्याग्रह असो की गोलमेज परिषद, सायमन कमिशन, साऊथबरो कमिशन,

स्टार्ट कमिटी, लोथियन कमिटी, क्रिप्स कमिटी, रॉयल कमिशन ह्या सगळ्या ठिकाणी बाबासाहेबांची लेखणी तळपत होती. विषमतेविरुद्ध झुंजत होती. आपला प्रश्न मांडत होती. सगळ्यांना समजावून सांगत होती. अशी ही भीमाची लेखणी होती. ही लेखणी मातोश्री रमाबाईची सहकारी होती आणि समाजाची दिशादर्शक होती. अशा तऱ्हेने ही लेखणी भारताच्या सर्वोत्कृष्ट संविधानाच्या माध्यमातून संपूर्ण जगाला दिसून आली. बाबासाहेबांनी आपल्या लेखणीची धारदार पाती दाखवून दिली. संपूर्ण जगाला बाबासाहेबांच्या लेखणीची महती कळली. याच लेखणीने भल्याभल्यांची नशा पार उतरवून टाकली. अशी बाबासाहेबांची लेखणी संपूर्ण जगात देखणी होती, असे वामनदादा या गीतातून मांडतात.

शेवटच्या कडव्यात वामनदादा म्हणता, 'साथी रामाचा वामनाचा सारथी' रामाचा साथीदार म्हणजे परमपूज्य डॉ. बाबासाहेब आंबेडकर होय. हेच बाबासाहेब वामनाचे म्हणजेच या समाजाचे दिशादर्शक मार्गदाता होय. लिहिण्या-वाचण्याच्या वेडाने बाबासाहेबांचे जेवणाकडे लक्ष नसायचे त्यावेळी माता रमाई बाबांच्या पुढ्यातील पुस्तक हिसकावयाच्या. अशावेळी बाबासाहेब त्यांना लिहिण्या वाचण्याचे फायदे सांगायचे. हे रमाईला पटले होते. म्हणून वामनदादा म्हणतात की, त्या बल भीमाच्या रमाई व बाबासाहेबांची लेखणी ह्या दोघीजणी भारती झाल्या. मी प्रथमतः भारतीय आहे व अंतिमतः भारतीय आहे ह्या विधानाला मूर्त स्वरूप प्राप्त झाले.

१७. फुलेंची लेखणी...

महात्मा फुलेंची लेखणी
आली होती भीमाच्या हाती
फुलेंचीच क्रांती अशी
आली होती भीमाच्या हाती ...

विद्येमुळे मती लाभली
मतीमुळे गती लाभली
तीच खरी फुलेंची गती
आली होती भीमाच्या हाती ...

लेखणी गुरूची लाभली
सन्मती गुरुची लाभली
गुरूचीच सारी सन्मती
आली होती भीमाच्या हाती ...

वामनला पावली तशी
गुरूचीच सावली तशी
गुरूचीच सारी कृती
आली होती भीमाच्या हाती ...

महात्मा जोतिबा फुले एक भारतीय समाज क्रांतिकारक, समाजसेवी लेखक, तत्त्वज्ञानी, नाटककार, चिंतक व विचारवंत होते. त्यांचे बहुआयामी व्यक्तिमत्त्व होते. त्यांनी तृतीय रत्न, पोवाडा, अखंड, गुलामगिरी, शेतकऱ्यांचा आसूड, इशारा, ब्राह्मणांचे कसब, सत्यशोधक समाजोक्त पूजाविधी, जातीभेद विवेकसार, सार्वजनिक सत्यधर्म इत्यादी ग्रंथाच्या माध्यमातून जनजागृती केलेली आहे.

महात्मा फुले यांच्या काळात अशाप्रकारे जनजागृती करणारा कुठलाही तत्त्ववेत्ता वा समाजसुधारक नव्हता. त्यांनी सार्वजनिक सत्यधर्माची स्थापना करून विश्वबंधुत्ववादाचा सिद्धांत मांडला. मूलभूत मानवी हक्क, त्यावर आधारलेला विश्व कुटुंबवाद, जीवनाचे व विश्वाचे सत्य स्वरूप प्रकट करणारा बुद्धिवाद, असा हा तत्त्वज्ञानी होता. या तत्त्ववेत्याला बाबासाहेबांनी आपल्या गुरुस्थानी मानले. या गुरूची लेखणी, गुरूचीच क्रांती बाबासाहेबांच्या हाती आली होती. महात्मा फुले यांनी सांगितले की, विद्येमुळे काय फायदे होतात आणि अविद्येमुळे काय नुकसान होते. ते तत्त्व बाबासाहेबांनी आपल्या जीवनात अमलात आणले.

महात्मा फुले यांनी विविध ग्रंथसंपदा निर्माण करून आपले समाजक्रांतिकारकत्व सिद्ध केले होते. ब्रिटिश लॉर्ड एलनबरो यांचा झिरपण्याचा सिद्धांत त्यांनी नाकारला होता. 'शेतकऱ्यांचा आसूड' या ग्रंथात लोकसंख्यावाढीमुळे शेतीवर बोजा पडतो, हे मुद्देसूद मांडले. शेतीचे तुकडे पडल्यामुळे उत्पादनात होणारी घट परिणामी शेतकऱ्यांच्या दुःखदैन्यात कशी वाढ होते, हे त्यांनी सांगितले. पाणी वाटपाची पद्धतही त्यांनी विशद करून सांगितली. समाज प्रबोधन करताना अंधश्रद्धा, अंगारे-धुपारे यांचा प्रचंड विरोध केला. व्यसनमुक्तीवर त्यांनी प्रभावी विवेचन केले. अस्पृश्यता निवारण करून त्यांनी खरे क्रांतिकारकत्व सिद्ध केले. जुनी समाज व्यवस्था उद्ध्वस्त करून नवी समाजव्यवस्था स्थापित व्हावी अशी त्यांची धारणा होती.

ब्राह्मण्यग्रस्त संस्कृती किती मानवविरोधी आहे, याची प्रचिती त्यांनी समाजाला दाखवून दिली. तिला नष्ट करून नवीन संस्कृती कशी निर्माण करायची, हे त्यांनी आपल्या लेखणीच्या माध्यमातून सार्वजनिक सत्यधर्ममध्ये सांगितले आहे. महात्मा फुलेंच्या लेखणीला सलाम म्हणून डॉ. बाबासाहेब आंबेडकरांनी त्यांना आपले गुरुस्थानी मानले होते. अशी ही गुरुशिष्याची अद्वितीय जोडी आपल्या लेखणीने क्रांती करीत होती.

१८. गुलामगिरीच्या बेड्या...

भीम प्रतापे तुटून पडल्या, गुलामगिरीच्या बेड्या
वळख भीमाला वेड्या रे वळख भीमाला वेड्या ...

गावामधले शिळे खरकटे, आणीत होती आजी
नव्हती राजी तुझ्या कुळावर, ताजी भाकर भाजी
गावकऱ्यांच्या अधीन होत्या, तुझ्या कुळाच्या नाड्या.

आणीत होते अंग झाकण्या, मुडद्यावरचे कपडे
तरी बिचारे अर्धेमुर्धे, अंग हमेशा उघडे
भीमकृपेने तुझ्या बिऱ्हाडी, येती रेशमी साड्या...

तालुक्याचा माल खजिना, तालुक्याच्या ठायी
भरीत होता तुझा आजोबा, जाऊन पायी पायी
भीमकृपेने तुझ्या अंगणी, येती मोटार गाड्या ...

झाले वामन भीमकृपेने, साहेब झाले सारे
साहेब झाले सारे मागे, तूच राहिला का रे
कथून गेले भीम बापुड्या, तूच तुझा वाटाड्या ...
वळख भीमाला वेड्या रे वळख भीमाला वेड्या...

डॉ. बाबासाहेब आंबेडकरांनी भारतीय संविधानात मूलभूत हक्क आणि
निर्देशक तत्त्वाची मांडणी करून मूलभूत हक्क उपयोगात आणता

येत नसेल तर त्याचे निराकरण निर्देशक तत्त्वानुसार करण्यात येते, असे सूचित केले. त्या अनुषंगाने या देशातील शोषित, पीडित, वंचित, अस्पृश्य समाजात जी गुलामगिरी निर्माण झालेली होती, त्या गुलामगिरीच्या बेड्या खटाखट तुटून गेल्या.

जातीय मानसिकता असणारे अस्पृश्यांना अधिकार बजावू देत नव्हते. म्हणून घटनेत विशेष तरतुदी कराव्या लागल्या. जेणेकरून त्याला सर्व प्रकारचे संरक्षण प्राप्त होईल. नागरिकांच्या मूलभूत हक्कांच्या संरक्षणार्थ हे निर्देशक तत्त्वे वापरता येईल. मूलभूत हक्कांच्या संरक्षणासाठी जे धोरण आखले आहे ते राज्यांवर बंधनकारक केले आहे. त्याच पार्श्वभूमीवर केंद्र शासनाने १९५५ साली नागरी हक्क संरक्षण अधिनियम १९५५ हा कायदा केला. अस्पृश्यतेला प्रोत्साहन देणाऱ्या अपराधांना प्रतिबंध करण्यासाठी हा कायदा अस्तित्वात आला. सामाजिक न्याय आणि संधीची समानता प्राप्त करण्यासाठी त्याच्या संरक्षणार्थ हा कायदा आणला गेला. या सगळ्या गोष्टी भीमप्रतापाने निर्माण झालेल्या आहेत. तत्पूर्वी अस्पृश्यांना पिढ्यानपिढ्या गावांमध्ये मिळणारे शिळे, खरखटे अन्न खावे लागत होते. तो गुलाम होता. गुलामाला फक्त विनामोबदला सेवा करणे एवढेच त्याचे काम होते. म्हणून त्याला खायलासुद्धा मिळत नव्हते. त्यामुळे त्या गुलामाला जेवणासाठी त्याची आजी गावभर फिरून शिळे, खरकटे अन्न गोळा करून त्याचे पोट भरत होती. त्याला ताजी भाकर आणि भाजीसुद्धा मिळत नव्हती. अस्पृश्यांचे सगळे अधिकार हे गावकऱ्यांच्या अधीन होते. गावकरी म्हणत तेच काम त्याला करावे लागत होते. त्याच्या सगळ्या नाड्या आवळल्या गेल्या होत्या. अशा तऱ्हेने वंचित समाज अस्पृश्यतेत खितपत पडलेला होता. या अस्पृश्यांच्या गुलामगिरीच्या बेड्या बाबासाहेबांनी तोडून टाकल्या.

अस्पृश्यांना अंग झाकण्यासाठीसुद्धा कापड मिळत नव्हते. मेलेल्या मुडद्यावरचे कपडे आणून ते घालावे लागत होते. त्याने अर्धमुर्दे अंग झाकत होते आणि अर्धांग उघडे दिसत होते; परंतु आज बाबासाहेबांच्या पुण्याईने हा वर्ग नोकरीवर लागला. गाड्या आणि रेशमी साड्या

त्याच्या घरी येऊ लागल्या. म्हणून बाबासाहेबांना विसरू नकोस रे वेड्या, विसरू नकोस! अशी आर्त हाक वामनदादा या गीताच्या माध्यमातून देत आहेत. ब्रिटिशांच्या काळात तालुक्याच्या ठिकाणी गावात जो महसूल जमा होत होता तो पोहोचविला जात होता. हा महसूल ब्रिटिशांचा विश्वासू व्यक्ती म्हणजे गावचा महार कोतवाल नेत होता. हा महार कोतवाल पायी पायी जाऊन जमा झालेला महसूल शासकीय तिजोरीत भरत होता. एवढा विश्वास त्या महार कोतवालाने संपादित केला होता; परंतु आज बाबासाहेबांच्या कृपेने तुझ्या अंगणी मोटर आणि गाड्या येत आहे. वेड्या हे सगळे बाबासाहेबांच्या पुण्याईने झालेले परिवर्तन आहे. त्या बाबासाहेबांच्या कार्याला तू आता ओळख आणि बाबासाहेबांच्या कार्याचा रथ कसा पुढे जाईल त्यासाठी प्रयत्न कर! बाबासाहेबांच्या पुण्याईने सगळे साहेब झाले. परंतु काही मागे पडले. ते मागे का पडले? याचा विचार त्यांनी करायला पाहिजे. मागे पडलेल्यांना पुढे गेलेल्याने हात दिला पाहिजे. त्याचा हात धरून त्याला वर उचलले पाहिजे. हेच बाबासाहेब सांगून गेले स्वयंप्रकाशित व्हा! हा बुद्धाचा मार्ग बाबासाहेबांनी दाखवला. म्हणून तूच तुझा मार्गदाता हो आणि मागे राहू नको. कुठे चुकले? काय चुकले? याचा विचार कर, जीवनाचे ध्येय गाठ आणि आपली प्रगती कर, असे वामनदादा या गीताच्या माध्यमातून बाबासाहेबांचे क्रांतिकार्य समाजाला समजावून सांगत आहेत.

१९. तू दीन-दुबळ्यांचा राजा

तू दीन-दुबळ्यांचा राजा, पाठीचा बंधू माझा
मला तू दान दे, पतीचे प्राण दे...

कस्तुरबा केविलवाणी, नेत्रांचे गाळी पाणी
ती वदे भीमाच्या कानी, हो आज तरी तू दानी
मला तू दान दे, पतीचे प्राण दे...

ही प्राण सख्याची स्वारी, पडली मरणाच्या दारी
कोमेजली काया सारी, हो तूच आता उपकारी
मला तू दान दे, पतीचे प्राण दे...

हे सारे संकट जावो, हा चुडा सलामत राहो
या म्हाताऱ्या बहिणीचा, तू ऐक मनाचा टाहो
मला तू दान दे, पतीचे प्राण दे...

तो वामन गाता गाता, गायील पुण्याची गाथा
हो माझा जीवनदाता, रे दीनदयाळा आता
मला तू दान दे, पतीचे प्राण दे...

महात्मा गांधींनी अस्पृश्यांच्या हक्काच्या विरोधात आमरण उपोषण
सुरू केले, त्यावेळी डॉ. बाबासाहेब आंबेडकरांना कस्तुरबा गांधी

आपल्या पतीच्या जीवनाचे दान मागत आहे, त्या प्रसंगावरील हे गीत आहे. भारताच्या राष्ट्रपित्याचे प्राण बाबासाहेबांनी वाचविल्याची साक्ष या गीतात वामनदादांनी कोरून ठेवली आहे.

भारतीय अस्पृश्यांना स्वतंत्र मतदारसंघ मिळाल्यामुळे गांधीजींनी व्यथित होऊन प्राणांतिक उपोषणाचा मार्ग स्वीकारला आणि अस्पृश्यांना त्यांच्या राजकीय हक्कापासून दाबण्याचा कुटिल डाव खेळला. येरवड्याच्या तुरुंगात २४ सप्टेंबर १९३२ साली झालेल्या पुणेकरारांच्या वेळी गांधीजी ६३ वर्षांचे होते तर बाबासाहेब ४१ वर्षांचे होते. गांधीजी आणि बाबासाहेब यांच्या वयाचा विचार करता त्या दोघांचा विचारसरणीत दोन पिढ्यांचे अंतर होते. याशिवाय गांधीजी कट्टर मनुवादी तर डॉ. बाबासाहेब आंबेडकर मानवतावादी होते. राजकीय प्रवाहांचा विचार करताना ही बाब स्पष्ट आहे की, अस्पृश्यांसाठी स्वतंत्र मतदारसंघ कबूल करणे गांधीजींना व काँग्रेसला मान्य नव्हते. गांधीजींनी स्वतःची पत राखण्यासाठी व अस्पृश्यांची मागणी पूर्ण होऊ नये, यासाठी आपल्या स्वतःच्या देशात स्वतःच्या हितचिंतकांच्या गराड्यात उपोषणाचा पलायनवादी मार्ग स्वीकारला. केवळ अस्पृश्यांचे राजकीय हक्क हिरावून घेण्यासाठी ६३ वर्षांच्या वृद्धाने आपले प्राण पणाला लावले.

अस्पृश्यांना कोणतेच अधिकार प्राप्त होऊ नये म्हणून गांधीजी चार दिवस उपाशी राहिले. या उपोषणाने गांधीजींची तब्येत दिवसेंदिवस ढासळत होती. त्यावेळी आता आपल्या पतीचे प्राण जाईल म्हणून कस्तुरबा केविलवाण्या होऊन, आपल्या डोळ्यातून अश्रू गाळत होत्या. त्या बाबासाहेबांना म्हणत होत्या. तुम्ही दानशूर आहात हे मला माहीत आहे. पुन्हा एकदा तुम्ही दानी व्हा! आणि माझ्या पतीचे प्राण माझ्या झोळीत टाका! माझ्या पतीचे प्राण मला द्या! माझा प्राणप्रिय सखा हा मरणाच्या दारी पडलेला आहे. त्याची सारी काया कोमेजली आहे. आता तरी तू माझा बंधू होऊन माझ्यावर उपकार कर! तू मला माझ्या पतीच्या प्राणाचे दान दे! जसा तू दीन-दुबळ्यांचा

राजा आहे तसाच तू माझा बंधू आहे. मला तू माझ्या पतीच्या प्राणाचे दान दे! हे दान दिल्यास माझे सारे संकट निवारल्या जाईल. माझा चुडा सलामत राहील. ह्या म्हाताऱ्या बहिणीच्या मनाचा टाहो तू ऐक आणि माझ्या पाठीचा बंधू म्हणून मला दान दे! तू तर सगळ्यांचा जीवनदाता आहेस. तू दीनदयाळू आहेस. तू जर माझ्या पतीचे प्राण मला वापस दिले तर हा सारा भारतीय समाज तुझ्या पुण्याईची गौरवगाथा जन्मभर गात राहील. तू माझा लहान बंधू आहेस. माझ्या लहान बंधूने माझ्या पतीचे मला प्राण वापस द्यावे! अशी विनवणी कस्तुरबा गांधी या गीतात करताना दिसतात. ब्रिटिश सरकारकडून मोठ्या परिश्रमाने मिळविलेल्या हक्कांवर पाणी फेरल्या गेले तरीही डॉ. बाबासाहेबांचे हृदय करुणेने किती ओथंबून भरलेले होते ते संपूर्ण जगाला दिसून आले.

२०. गोदातिरी

गोदातिरी पडला तरी लढला सैनिक माझा
उघडलाच नाही काळ्या रामाचा दरवाजा...

कानांची कवाडे इथली उघडलीच नाही
आम्हाला हवी ती क्रांती घडलीच नाही
आघाडीस होता जरी नऊ कोटीचा राजा
उघडलाच नाही काळ्या रामाचा दरवाजा...

माणसास पाणी पाजा माणसास पाणी
निनादत होती सारी भीमाचीच वाणी
इतिहास होता चवदार तळ्याचा ताजा
उघडलाच नाही काळ्या रामाचा दरवाजा...

दार उघड रामा आता दार उघड रामा
पंढरीचा चोखामेळा आला तुझ्या धामा
दर्शनाची संधी भीम मागत होता माझा
उघडलाच नाही काळा रामाचा दरवाजा...

तळे बंद होते कोठे नदी बंद होती
कारण खलांची सारी पिढी अंध होती
अशा क्रूर होत्या साऱ्या श्रीरामाच्या फौजा
उघडलाच नाही काळ्या रामाचा दरवाजा...

राम दाखवा रे तुमचा राम दाखवा रे
वामनास थोडी त्याची चवी चाखवा रे
बोलले पुजारी जा धेडग्यांनो जा जा
उघडलाच नाही काळया रामाचा दरवाजा...

नाशिक येथील काळारामाच्या दर्शनाच्या संधीसाठी डॉ. बाबासाहेब आंबेडकर गेले होते. आम्हीही माणसं आहोत हे त्यांना या संस्कृतीला दाखवून द्यायचे होते. परंतु बाबासाहेबांनी प्रयत्न करूनसुद्धा त्यांना रामाचे दर्शन घेऊ दिले नाहीच उलटपक्षी त्यांना दुरूनच पिटाळून लावण्यासाठी हिंदूंनी त्यांच्या फौजा तयार केल्या होत्या. डॉ. बाबासाहेब आंबेडकर विनंती करीत होते की, आम्हाला रामाचे दर्शन घेऊ द्या. परंतु इथल्या हिंदुत्ववाद्यांच्या मनावर कुठलाही परिणाम झाला नाही. त्यांच्या कानांची कवाडे उघडलीच नाही. म्हणून बाबासाहेबांना जी क्रांती हवी होती ती घडली नाही. देश विदेशात शिकून डॉ. बाबासाहेब आंबेडकर आले होते. एवढ्या उच्चविद्याविभूषिताला व विश्वरत्नास पात्र ठरलेल्या बाबासाहेबांना रामाच्या दर्शनाची संधी नव्हती. दुसरी बाब महाडच्या चवदार तळ्याची! महाडच्या चवदार तळ्याचे पाणी नैसर्गिक होते. त्यावर सगळ्यांचा हक्क होता. एका ठरावांमुळे महानगरपालिकेने हे चवदार तळे सगळ्यांसाठी खुले केले होते; परंतु अस्पृश्यांना मात्र त्या ठिकाणी पाणी पिता येत नव्हते. म्हणून बाबासाहेबांनी महाडचा संगर केला. पशुपक्ष्यांना पाणी पिता येते; परंतु माणसांना पाणी पिता येत नाही. म्हणून त्यांनी चवदार तळ्यात उतरून आपल्या ओंजळीने पाणी प्राशन केले. हा संगर समतेच्या प्रस्थापनेसाठी होता. बाबासाहेबांच्या स्पर्शाने चवदार तळ्याचे पाणी पवित्र झाले. तत्पूर्वी बाबासाहेबांनी नागरिकांना महाडच्या संगरात सहभागी होण्याचे आवाहन करताच संपूर्ण अस्पृश्य समाज व जागतिक महायुद्धात पराक्रमाची झेंडे गाडणारी महार बटालियनची रिटायर्ड फौज आली होती. जिकडे-तिकडे बाबासाहेबांची फौज दिसत होती; परंतु त्या निशस्त्र फौजेवर हल्ला करून त्यांना पिटाळून लावण्यात आले होते. तरीही बाबासाहेबांनी

आपला संयम सोडला नाही. जर संयम सोडला असता तर युद्धामध्ये भारताला जिंकून देणारी महार बटालियन त्या ठिकाणी उपस्थित होती. ते फक्त बाबासाहेबांच्या आदेशाची वाट पाहत होती. परंतु रक्तपात होऊ नये म्हणून बाबासाहेबांनी त्यांना शांत केले.

पंढरीचा चोखामेळा यालासुद्धा अस्पृश्यतेचे चटके सहन करावे लागले होते. तोसुद्धा म्हणत होता की, विठ्ठला आम्ही असा काय गुन्हा केला की आम्हाला तुझे दर्शन घेता येत नाही. अशा तऱ्हेने सर्वत्र अस्पृश्यावर शतकानुशतके अन्याय, अत्याचाराची परिसीमा वाढली होती. कुठे तळे बंद, तर कुठे नदीघाट बंदी होती. कारण या देशातील सगळे विषमतावादी व्यवस्थेचे समर्थक हे आपल्या धर्माने अंध झाले होते. धर्मासमोर माणुसकी त्यांना गौण वाटत होती. काळाराम मंदिर सत्याग्रह असो की महाडचा संगर असो त्या श्रीरामाच्या फौजा या संगराला आणि सत्याग्रहाला नेस्तनाबूत करण्याच्या तयारीत होत्या. वामनदादा म्हणतात, 'तुमचा राम दाखवा आम्हाला त्याचं दर्शन घेऊ द्या. त्याची गोडी आम्हाला चाखू द्या. परंतु पुजाऱ्यांनी तुम्हा धेडग्यांना रामाचे दर्शन घेता येणार नाही, असे म्हणून या सत्याग्रहींना पिटाळून लावले होते अशातऱ्हेने अस्पृश्यांसाठी श्रीरामाच्या मंदिराचा दरवाजा कायमचा बंद होता. हे बाबासाहेब आंबेडकरांनी ब्रिटिशांना दाखवले की, आम्ही अस्पृश्य हा हिंदू धर्माचा भाग नाही. आम्ही जर हिंदू धर्माचा भाग असतो तर आम्हाला इतर हिंदूप्रमाणे रामाचेसुद्धा दर्शन घेता आले असते. चवदार तळ्याचे पाणी पिता आले असते. आम्ही हिंदू नाही तर आम्ही अल्पसंख्यांक आहोत. अशा तऱ्हेने या दोन आंदोलनाच्या माध्यमातून बाबासाहेबांनी अस्पृश्यांचा वैचारिक मार्ग विस्तारित केला, असे वामनदादा या गीताच्या माध्यमातून सांगतात.

२१. धम्म क्रांतीसाठी

उठा उठा रे, उठा उठा रे, घ्या भीमरायाची आण
तुम्ही लावा पणाला प्राण, धम्म क्रांतीसाठी
बाबा गेल्या पाठी रे, उठवा छत्तीस कोटी...

माणुसकी इथली मेली, थैमान आणि ती घाली
ही भूमीच दुबळी झाली, करू या हिला पुन्हा बलवान

मजुरांच्या कष्टावरती, धनवान तिजोऱ्या भरती
जे कष्ट करुनी मरती, बना त्या दुबळ्यांचे भगवान

जा दुसऱ्या धरती वरती, आहे का असल्या जाती
का इथेच ही अवनीती, आता तरी पळवा हे सैतान

व्हा दोस्त करा रे साथ, द्या आमच्या हाती हात
देशाचे करण्या हीत, निघाले जयभीम वाले जवान

या भारतवासी भाऊ, बुद्धाचा धम्म घेऊ
या एकदिलाने राहू, सांगतो वामन उठवा रान

उठा रे उठा रे, उठा उठा रे, घ्या भीमरायाची आण

'बहुजन हिताय बहुजन सुखाय' विचारधारा असलेला तथागत सिद्धार्थ गौतम बुद्धाचा धम्म डॉ. बाबासाहेब आंबेडकरांनी स्वीकारला. बाबासाहेबांचे बौद्ध धम्मात स्वागत करणारे संदेश ब्रह्मदेशाचे पंतप्रधान, भूतपूर्व पंतप्रधान, न्यू कलकत्त्याचे अरविंद आणि कोलंबोचे एच. डब्ल्यू. अमरसूर्य यांनी पाठविले होते. परंतु प्रधानमंत्री पंडित जवाहरलाल नेहरू, उपराष्ट्रपती राधाकृष्णन, राजगोपालाचारी किंवा राष्ट्रपती राजेंद्र प्रसाद यांनी संदेश पाठवले नाही. हिंदु तत्त्वज्ञान, धर्म आणि लोकशाही यामध्ये विसंगती आहे.

लोकशाही आणि हिंदू धर्म एकत्र नांदू शकत नाही, असे बाबासाहेबांचे मत झाले होते. धम्मदीक्षा झाल्यानंतर बाबासाहेब म्हणाले, 'बौद्ध धम्माची प्रतिष्ठा सांभाळण्याची मोठी जबाबदारी तुमच्या शिरावर पडली आहे. जर तुम्ही कडवटपणे आणि उदात्तपणे तत्त्वे पाळली नाहीत तर महारांनी बौद्ध धर्माचे वाटोळे केले, असे जग म्हणेल. जगातील कुठल्याही माणसावर जेवढी प्रचंड जबाबदारी पडलेली नाही तेवढी आज माझ्यावर पडलेली आहे, असे बाबासाहेबांनी आपल्या भाषणाच्या शेवटी सांगितले होते. बाबासाहेबांच्या या भाषणाला लक्षात घेऊन तुम्ही आपला प्राण पणाला लावून आता नव्या धम्मक्रांतीसाठी आपण सगळे तयार राहिले पाहिजे, असे वामनदादा या गीताच्या माध्यमातून सूचित करतात. बाबासाहेबांनी आपल्याला जो संदेश दिला होता तो संदेश आपण गावोगावी, खेडोपाडी, ठिकठिकाणी पोहोचवून धम्मासाठी भूमी मजबूत केली पाहिजे. त्यासाठी बाबासाहेबांनी ज्या २२ प्रतिज्ञा दिल्या होत्या, त्या २२ प्रतिज्ञांचे काटेकोर पालन केले पाहिजे. ज्या ३६ कोटी देवांनी अस्पृश्यांची तसूभरही कीव केली नाही किंवा दयामाया दाखवली नाही. त्या ३६ कोटीला आपल्या जीवनातून उठविले पाहिजे. बौद्ध धम्मदीक्षा घेण्यापूर्वी या देशांमधली माणुसकी मेली होती. माणुसकी नावाची गोष्ट अस्पृश्यांसाठी कालबाह्य झाली होती. तिने विषमतेचे थैमान घातले होते. समतेच्या ममतेच्या आणि माणुसकीच्या आधारावर चालत आलेली ही बुद्धाची भूमी दुबळी

झाली होती. त्यामुळे या भूमीला पुन्हा बलवान करण्यासाठी आपण धम्मक्रांतीसाठी सज्ज राहिले पाहिजे.

या देशातील मजूर हे बहुसंख्यांक लोक आहेत. परंतु या मजुरांच्या कष्टावर धनवान लोक आपल्या तिजोऱ्या भरत आहेत. त्यांना श्रमाचे मूल्यसुद्धा मिळत नाही. ते अहोरात्र कष्ट करून मरतात. त्या दुबळ्यांचा कोणी वाली नाही. त्या मजुरांचा आणि दुबळ्यांचा वाली बनण्यासाठी तुम्ही धम्मक्रांतीसाठी सज्ज झाले पाहिजे. जगामध्ये कुठेच नाही अशा जाती फक्त भारतात आहेत. ह्या जातीने लोकांची माती केलेली आहे. त्यांची अवनती झालेली आहे. ज्यांना जातीमुळे फायदा होत आहे त्या सैतानाला आता आपण पळवून लावले पाहिजे व धम्मक्रांतीसाठी सज्ज झाले पाहिजे. इथला बहुजन समाज हा एकच समाज आहे. तो पूर्वीपासून बुद्धाचा अनुयायी आहे. हे बाबासाहेबांनी आम्हाला सांगितलेले आहे. अशा या संपूर्ण बहुजन समाजाला संघटित करून आपण हातामध्ये हात घेतला पाहिजे. यामध्येच देशाचे हित आहे. यासाठीच जयभीमवाले जवान आता सिद्ध झाले आहे. नव्या धम्मक्रांतीसाठी त्यांनी आता पाऊल उचललेले आहे. हा देश पुन्हा बुद्धमय करण्याचे स्वप्न ते पाहत आहे. या भारतातील सर्व जाती धर्मातील लोक भाऊ भाऊ म्हणून तेव्हाच नांदू शकतात जेव्हा ते बुद्धाचा धम्म आचरणात आणू शकेल. आपण धम्म स्वीकारून एक दिलाने राहून या भारतभूमीला बौद्धभूमी म्हणून प्रस्थापित करण्यासाठी जो काही संघर्ष करावयाचा असेल तो करण्यास आता आपण सिद्ध झालं पाहिजे, असे वामनदादा म्हणतात.

२२. जात पुन्हा आली...

छप्पन साली क्रांती झाली, निळ्या नभाखाली
तरी सरकारी दुष्ट दप्तरी जात पुन्हा आली ...

नवक्रांतीची आग भडकली मृत मनूची तनू तडकली
रूढी रांगडी मनी धडकली तरी पंचशील ध्वजा फडकली
जयभीमवाली जनता सारी हर्षाने न्हाली ...

गाथा गाथा आधी चाळली शुद्ध गाळणी मधी गाळली
माय पित्यांनी जरी पाळली भीमरायाने जात जाळली
पुलकित झाली हसली गाली, आनंदली पाली ...

चर्मकार व महार सांगा मांगासोबत लावा रांगा
जातच आपली समोर टांगा नंतर आपली सवलत मागा
बौद्धांचे मन जळे तरी पण कोण इथे वाली ...

उठ उठ रे चिडून वामन सांग झाले दुबळे का मन
भीमासारखे गाठ रणांगण बुद्धभूमीचा चल नेता बन
न्याहाळते पथ तुलाच सवलत साद सदा घाली ...

छप्पन साली क्रांती झाली निळ्या नभाखाली
तरी सरकारी दुष्ट दप्तरी जात पुन्हा आली ...

१४ ऑक्टोबर १९५६ ला डॉ. बाबासाहेब आंबेडकरांनी नागपूरच्या दीक्षाभूमीवर आपल्या लाखो अनुयायांना बुद्ध धम्माची दीक्षा दिली. या धम्मदीक्षेबरोबरच निळ्या नभाखाली एक फार मोठी क्रांती झाली. तीच धम्मक्रांती होय. जातीविहीन समाज रचना निर्माण करण्यासाठी बाबासाहेबांनी आपले आयुष्य वेचले होते; परंतु सरकारी दप्तरी मात्र जातीचे नामोनिशाण कायम ठेवण्यात आले. या धम्मक्रांतीमुळे मनुवाद्यांचा तीळपापड झाला. जर जातीविहीन समाज रचना निर्माण झाली तर मनूच्या विषमतेला थाराच राहिला नसता. म्हणून ते नवनवे प्रयोग करून जातीव्यवस्था कायम राहिली पाहिजे यासाठी प्रयत्नशील असतात.

बाबासाहेबांनी केलेल्या धम्मक्रांती कार्यामुळे मनामनामध्ये बुद्धाचा मानवतावादी करुणामय विचार घर करू लागला आणि सर्वत्र पंचशील ध्वज फडकू लागले. अशातऱ्हेने जयभीमवाली ही जनता हर्षभरीत झालेली आहे. डॉ. बाबासाहेब आंबेडकरांनी विज्ञानावर आधारित बुद्ध धम्म दिला. त्रिपिटकामध्ये जो बुद्ध सांगितलेला आहे तो त्यांनी अभ्यासून नवीन विज्ञानावर आधारित 'बुद्ध आणि त्याचा धम्म' हा ग्रंथ देऊन आम्हाला विज्ञानाच्या पाऊलवाटेवरून चालण्याचे आवाहन केले. बाबासाहेबांनी बुद्धाच्या शुद्ध गाथा आम्हाला दिल्या आहेत. आमचे आई-वडील हे हिंदू धर्माचे भाग होते; म्हणून जाती त्यांच्या रक्तात भिनल्या होत्या. परंतु बुद्धाचा धम्म हा जातीविहीन धम्म असल्यामुळे भीमरायाने ही जात जाळून टाकली आणि माणसाला माणूस बनविले. त्यामुळे ही धरणी पुलकित झाली, आनंदली आणि तिच्या चेहऱ्यावर हास्य उजळले.

बाबासाहेब म्हणतात, 'बौद्धांच्या सवलती माझ्या खिशात आहे. म्हणून तुम्ही काही घाबरण्याचे कारण नाही. चर्मकार असो, महार असो, मांग असो याच्यासोबत आपण बंधुत्वाचे नाते जोडले पाहिजे. मी प्रथम माणूस आहो हा विचार आपल्या मनात आला पाहिजे. बाबासाहेबांनी सांगितल्याप्रमाणे बौद्ध समाज तर आचरण करतो. परंतु

इतर समाज मात्र अजूनही ते आचरणात आणत नाही. त्यामुळे बौद्धाचे मन तीळ-तीळ तुटत आहे, जळत आहे. याचे इतरांना काही सोयरसुतक वाटत नाही. म्हणून वामनदादा चिडून सांगतात, असे असले तरी आपण आपले मन दुबळे करू नये! मनाला खंबीर बनवावे आणि डॉ. बाबासाहेब आंबेडकरांनी अनंत हाल अपेष्टा सहन करून जे रणांगण गाठले, इथल्या व्यवस्थेच्या विरुद्ध युद्ध पुकारले, तसे तुम्ही या भारत बुद्धभूमीचे नेता बना! कारण तुम्हाकडूनच आज अपेक्षा आहे. तुमच्याकडेच ही धरती आस लावून बसलेली आहे. जशी १४ आक्टोबर १९५६ साली क्रांती झाली तसेच आपण आता नव्या क्रांतीसाठी सिद्ध झाले पाहिजे. बाबासाहेबांनी दाखविलेल्या दिशेकडे आपण वाटचाल केली पाहिजे, असे वामनदादा कर्डक आपल्या गीताच्या माध्यमातून सांगतात. तसेच ते जातीचे दुर्गुण विशद करतात. बौद्ध धम्माच्या मानवतावादी तत्त्वज्ञानाचे अनुकरण करावयास लावतात.

२३. लोकशाही

अशी कशी बाई तुझी लोकशाही
इथे गौतमाची करुणाच नाही
धनी चाकराची करू काय नाती
एक पायथ्याला एक उंच राही ...

बांधली जयाने धनिकांची माडी
रहाया तयाला गावाची गोखाडी
गोखाडीत सारी वसे रोगराई
गटारांचे पाणी शेजारून वाही ...

उपाशीच राही घाम गाळणारा
तुपाशीच खाई काम टाळणारा
सणाला कुणाला गोड घास नाही
दशा चाकरांची हीच ठायी ठायी ...

असो कोणी टाटा असो कोणी बाटा
मागणार आता कमाईत वाटा
आमची कमाई आम्हालाच नाही
का? न ठोकरावी अशी लोकशाही ...

वामन भीमाच्या नीतीने लढावे
रक्त ना पडावे हवे ते घडावे

का? न घडावी इथे हीच क्रांती
पिळवणूक सारी तुडवावी पायी ...

डॉ. बाबासाहेब आंबेडकरांनी लोकशाहीच्या समर्थनार्थ सांगितले की, लोकांनी पहिली गोष्ट केली पाहिजे ती ही की, आपले सामाजिक आणि आर्थिक हेतू साध्य करताना घटनात्मक साधनांचा मार्ग स्वीकारला पाहिजे. असहकाराचे, कायदेभंगाचे नि सत्याग्रहाचे मार्ग त्यांनी सोडून द्यावे. कारण घटनाबाह्य मार्ग म्हणजे केवळ अराजकांचे व्याकरण होय. तसेच त्यांनी इशारा दिला की, एखादा माणूस कितीही थोर असला तरी त्याच्या चरणावर आपले स्वातंत्र्य अर्पण करू नये. विभूती पूजेविरुद्ध बाबासाहेबांनी इशारा देताना म्हटले की, एखाद्याविषयी कृतज्ञता बाळगण्यास हरकत नाही. परंतु कृतज्ञता बाळगताना काही मर्यादा असल्या पाहिजे.

भारतीय लोकशाहीचे संरक्षण करताना भारतीयांनी तिसरी गोष्ट केली पाहिजे ती ही की, त्यांनी राजकीय लोकशाहीमुळे संतुष्ट राहू नये. राजकीय लोकशाहीचे त्यांनी सामाजिक आणि आर्थिक लोकशाहीत रुपांतर केले पाहिजे. राजकीय लोकशाही ही जर सामाजिक लोकशाही वर अधिष्ठित केली नाही तर ती टिकू शकणार नाही. सामाजिक लोकशाही स्वातंत्र्य, समता आणि बंधुभाव ही जीवनाची तत्त्वे म्हणून ओळखते. स्वातंत्र्य, समता आणि बंधुभाव ही एक अखंड आणि अभंग अशी त्रिमूर्ती आहे. सामाजिक समता नसेल तर स्वातंत्र्याचा अर्थ मूठभर लोकांचे जनतेवर राज्य असणे, असा होईल. जर समता ही स्वातंत्र्यशून्य असेल तर ती व्यक्तीच्या जीवनातील स्वयंप्रेरणा नष्ट करील. जर बंधुभाव नसेल तर स्वातंत्र्य आणि समता याची वाढ सहाजिकपणे होणार नाही. बाबासाहेबांचे हेच तत्त्व लक्षात घेऊन वामनदादा म्हणतात की, बाबासाहेबांनी जी अपेक्षा केली होती, ती अपेक्षा आज पूर्णत्वास जात नाही. या लोकशाहीमध्ये तथागताने सांगितलेली करुणाच दिसत नाही. या देशांमध्ये एक धनी आहे तर दुसरा चाकर आहे. या चाकराची जी स्थिती आहे ती अत्यंत दयनीय

आहे. एक उंचावर राहतो तर दुसरा पायथ्याला राहतो. पायथ्यावर राहणाऱ्याला कुठल्याही प्रकारच्या सुविधा दिल्या जात नाहीत. ज्यांनी श्रीमंताच्या माड्या महाल बांधून दिल्या त्यांना मात्र गावाच्या गोदरीच्या ठिकाणी राहावे लागत आहे. ह्या गोदरीच्या ठिकाणी रोगराई आणि गटारगंगा वाहत असते. जो घाम गाळत आहे त्याला उपाशी राहावे लागत आहे. तर कष्ट न करता एक खात आहे. हे कष्ट न करणारी जमात कोणती आहे? ते आपण लक्षात घेतले पाहिजे. या घाम गाळणाऱ्याला, कष्ट करणाऱ्याला सणासुदीच्या दिवशीसुद्धा दोन घास मिळत नाही. अशा ह्या कष्टकऱ्यांची दशा ही सर्वत्र लोकशाहीमध्ये पाहायला मिळत आहे. आता मात्र आपण आपला अधिकार मागितला पाहिजे. असे ठणकावून सांगताना वामनदादा म्हणतात की, कोणी टाटा असो, कोणी बाटा असो, आमचा वाटा आम्हाला मिळालाच पाहिजे. आमची कमाई आम्हाला मिळालीच पाहिजे. आमच्या घामाचे दाम आम्हाला मिळालेच पाहिजे. अन्यथा अशी लोकशाही आम्ही ठोकरून दिल्याशिवाय राहणार नाही. डॉ. बाबासाहेब आंबेडकरांनी लोकशाहीचे मूल्य सांगताना जी नीती सांगितलेली होती. त्या नीतीने आता आपण लढले पाहिजे. रक्तविहीन क्रांती आपण केली पाहिजे. आपण ह्या रक्तविहीन क्रांतीतून साऱ्या समाजाची होणारी पिळवणूक थांबवली पाहिजे. लोकशाहीच्या यशस्वीतेसाठी आपण काय केले पाहिजे ते वामनदादा या गीताच्या माध्यमातून जनतेला खंबीर आवाहन करताना सांगतात.

२४. आम्ही भीमयानी

आम्ही भीमयानी आम्ही भीमयानी
गाऊ इथे येऊन हीच गाणी...

देणगी असे ही सख्या बा भीमाची
मिळाली आम्हाला आता साथ गौतमाची
साथी असा ना कुणी कुणी थोर ज्ञानी...

ज्ञान अमृताचे तळे हे महान
तान्हेल्या जीवांची येथे भागवी तहान
हेची वदे आज हो लोक वाणी...

सख्या गौतमाच्या विचाराचे बीज
बावळ्या भूमीची येथे थांबविल झीज
करू ही अशी पेरणी या ठिकाणी...

घामाचे पाणी आणि आसवांनी
भिजवू भूमी ही वामन आम्ही भीमयानी
काढू पिके या उभ्या माळरानी...

आम्ही भीमयानी आम्ही भीमयानी...

डॉ. बाबासाहेब आंबेडकरांनी आम्हाला तथागताचा मानवतेचा, समतेचा, ममतेचा, करुणेचा धम्म दिला. हा मार्ग आम्हाला भीमाने दाखविला. त्याच भीमाच्या यानातून आम्ही प्रवास करीत राहू आणि भीमाची, मानवतेची, करुणेची महती आम्ही गात राहू. 'शिक्षण हे वाघिणीचे दूध आहे, असे बाबासाहेब आंबेडकर म्हणायचे. ते ज्ञानाचे तळे आम्हाला मिळालेले आहे. ह्या ज्ञानातूनच आम्ही आमची बौद्धिक ज्ञानाची तहान भागवणार आहोत. आज लोकांना बाबासाहेब यांच्या तत्त्वज्ञानाची ओळख होत आहे. म्हणून लोक बाबासाहेबांची आणि बुद्धाची विचारधारा स्वीकारत आहेत. तथागत गौतम बुद्धाच्या विचारांचे बीज इथल्या भूमीत रुजविले तरच वर्णव्यवस्थेने निर्माण केलेली हानी आपण भरून काढू शकतो. त्यासाठी तथागतांच्या विचारांचे बीज आपण या ठिकाणी पेरले पाहिजे. जेणेकरून इथल्या भूमीची व्यवस्थेने केलेली झीज थांबविता येईल. त्यासाठी आम्हाला कठोर मेहनत करावी लागली तरी चालेल. मेहनत, परिश्रम करून आम्ही ही भूमी सुजलाम, सुफलाम करू. या भूमीला गतवैभव प्राप्त करून देऊ. संपन्नतेचे पीक काढू. अशोककालीन भारत जसा होता तसा भारत आम्ही घडवू. आम्हाला अशोककालीन भारत घडवावा लागेल. तरच हा देश पूर्वी जसा 'सोने की चिडिया' होता; तसा होईल. भीमयानातून प्रवास केल्यास हे निश्चित, घडेल असा आशावाद या गीताच्या माध्यमातून वामनदादा व्यक्त करतात.

२५. राख भीमाचे नाव

राख भीमाचे नाव नरा तू
राख भीमाचे नाव
बोरी बाभळी तोडून दारी
आताच पिंपळ लाव...

तुझ्या कृतीने किंमत येईल
आज तुझ्या या नावाला
जशी माऊली तशी साऊली
मिळेल साऱ्या गावाला
त्याच तरुच्या छायेखाली
बसेल सारा गाव
बोरी बाभळी तोडून दारी
आताच पिंपळ लाव...

साळी, माळी, सुतार, कोळी
हवी कशाला जात ही
इथेच जगता इथेच मरता
इवल्याशा कळपात
एक बनावा देश आपुला
असेच पाणी दाव
बोरी बाभळी तोडून दारी
आताच पिंपळ लाव...

मिळून सारे करू पेरणी
इथेच बंधुभावाची
ठायी ठायी जावी कीर्ती
आज तुझ्या या गावाची
वदेल वामन उद्याच येथे
कुणी जिंकला डाव
बोरी बाभळी तोडून दारी
आताच पिंपळ लाव...

गावकुसाबाहेर राहून गुलामीचे जीवन जगणाऱ्या माणसाला बाबासाहेबांनी वस्तीत आणले. नवीन नाव प्राप्त करून दिले. सर्व अधिकार दिले. त्या भीमाचे नाव तू राखले पाहिजे. वर्णव्यवस्थेतून संक्रमित झालेल्या जातीव्यवस्थेमध्ये तू राहत होता. ती जातीव्यवस्था झुगारून देऊन तू आता तथागताच्या जातीविहीन धम्मात आले पाहिजे. असेच काम करत राहिले तर तुझ्या नावाला काहीतरी किंमत येईल. या भीम माऊलीने जशी तुमच्यावर माया केली, जशी तुम्हाला सावली दिली, तशीच सारी सावली साऱ्या गावाला मिळेल. त्याच समतेच्या छायेखाली, पिंपळवृक्षाखाली हा सारा गाव बसेल आणि गुण्यागोविंदाने राहील. डॉ. बाबासाहेब आंबेडकरांनी भारतीयांना आवाहन करताना म्हटले की, ज्या जातीभेदामुळे सामाजिक जीवनात तट पडले आहेत आणि जाती-जातीत मत्सर आणि शत्रुत्व निर्माण झाले आहे, त्या जातीभेदाचा त्याग करून भारतीयांनी सामाजिक आणि भावनिक अर्थाने एक राष्ट्र बनवावे. हाच धागा पकडून वामनदादा म्हणतात की, साळी, माळी, सुतार, कोळी ही जात आम्हाला नको आहे. कारण आम्ही याच गावात, ह्याच देशात जगतो आणि मरतो. मग आम्ही आमच्या इवल्याशा कळपात कशाला राहावे? हा देश एक राष्ट्र बनावे यासाठीच आम्ही संघर्षरत राहिले पाहिजे. या देशाच्या एकतेसाठी आणि अखंडतेसाठी आम्हाला बंधूभावाची पेरणी करावी लागेल. हे एकट्याचे काम नसून सगळ्यांचे काम आहे. सारे मिळून

आम्ही हे काम करू. असे काम केले तरच आपल्या गावाची किंमत ही ठिकठिकाणी पोहोचणार आहे. या ठिकाणी कुणीही हरणार नाही आणि कुणीही जिंकणार नाही. या ठिकाणी सगळेच समान राहील. सगळ्यांना सारखा वाटा मिळेल. एकात्मता आणि अखंडता हीच मूल्ये आम्ही स्वीकारली पाहिजेत. आंबेडकरवादी विचाधारा अंगीकृत करून आपण सदैव झटत राहिले पाहिजे, असे वामनदादा या गीताच्या माध्यमातून आवाहन करतात.

२६. बुडविले नाव शिष्यांनी

गुरू ग्यानी गुरू ग्यानी बुडविले नाव शिष्यांनी
गुरूचे तत्त्व कुचकामी ठरविले राव शिष्यांनी...

गुरूने शिस्त अन् घटना दिली अनमोल पक्षाला
तया वरतीच घालावा कसा हो घाव शिष्यांनी...

गुरूने मार्ग बुद्धाचा दिला असता असा थोर
दुज्या मार्गाकडे घ्यावी कशी हो धाव शिष्यांनी...

बना विद्वान सांगितले गुरूने जीव तोडूनी
कशाला कागदाला ह्या म्हणावे भाव शिष्यांनी ...

गुरूच्या पाऊला वरती जयांची पाऊले पडती
रचावा का तयांना कापण्याचा डाव शिष्यांनी...

गुरूने नष्टविली ती गुलामी दीन जनतेची
कराया तीच सांगावी कशी हो राव शिष्यांनी...

भीमाची जनता ही वामन आता गुलाम होईल का
करावी कोतवाली का तुम्ही बेभान शिष्यांनी...

डॉ. बाबासाहेब आंबेडकर नावाच्या ज्ञानसूर्याने संपूर्ण जगात विसावे शतक देदीप्यमान केले. चातुर्वर्ण्य व्यवस्थेच्या चिखलात रुतलेल्या लोकांना आपल्या ज्ञानसूर्याच्या विचार किरणांनी मुक्त केले. त्यांना माणूसपणाचे हक्क प्राप्त करून दिले. ही सर्व किमया डॉ. बाबासाहेब आंबेडकरांच्या कर्तृत्वाने आणि तत्त्वज्ञानाने केली. डॉ. बाबासाहेब आंबेडकर कोलंबिया विद्यापीठात शिक्षण घेत असताना त्यांचा जॉन इयुई या प्राध्यापकाशी संबंध आला. या काळात अमेरिकेतील शिक्षण पद्धतीवर जॉन इयुई यांच्या तत्त्वज्ञानाचा प्रभाव पडला होता. त्यांच्या सखोल व्यासंगामुळे अमेरिकन विद्यापीठातील अनेक विचारी ध्येयनिष्ठ तरुणांवर त्यांच्या विचारांचा ठसा उमटला होता. याच काळात डॉ. बाबासाहेब आंबेडकर त्यांच्या सहवासात आले. हा काळ त्यांच्या पायाभरणीचा होता. या संस्कारक्षम काळात इयुईसारख्या परिपक्व विचारवंतांच्या सहवासात आल्यामुळे त्यांच्या विचारांचा बाबासाहेबांच्या मनावर संस्कार झाला. जॉन इयुईंचे विचार साधनवादावर उभारले आहे.

डॉ. बाबासाहेब आंबेडकरांनी राजकीय, सामाजिक, आर्थिक, धार्मिक, ऐतिहासिक प्रश्नांची जी चिकित्सा केली आहे, त्या चिकित्सा पद्धतीचा तात्त्विक पाया साधनवाद आहे, असे दिसून येईल. गांधीवाद, मार्क्सवाद, संसदीय लोकशाही, बौद्ध धम्म, हिंदू कोड बिल, भारतीय इतिहासातील क्रांती, प्रतिक्रांती, भारताचे परराष्ट्र धोरण, लोकशाही, संविधानवाद, जातीव्यवस्था, धर्मशास्त्र यावर बाबासाहेबांचे विवेचन अभ्यासले तर ती साधनवादाच्या तात्त्विक भूमिकेवरून केली आहे, असे आपणास दिसते. म्हणून भारतीय प्रश्नांची उत्तरे शोधणारे एक प्रकांड पंडित, विचारवंत म्हणून जगाच्या इतिहासात बाबासाहेबांचा उल्लेख होतो. अशा ह्या बाबासाहेबांनी आम्हाला धम्म दिला, तत्त्वज्ञान दिले. परंतु आम्ही त्यांच्याच विचारांशी फारकत घेत आहोत. अशा तऱ्हेने आम्ही बेईमान शिष्य ठरलेलो आहोत, असे वामनदादा म्हणतात. बाबासाहेबांनी आम्हाला शिस्त शिकविली. या देशाला संविधान दिले. अनमोल असा पक्ष दिला. त्याच पक्षावर आम्ही घाव घातला. रिपब्लिकन पक्षाच्या

स्थापनेनंतर त्यामध्ये फूट पडली. दुसरी गोष्ट बुद्धाचा सद्धम्म दिला. समतेवर आधारलेला मानवतावादी विचारांनी भारलेला बुद्धाचा धम्म असताना आम्ही दुसऱ्या मार्गाकडे धाव घेतो. ही आमची निष्ठा किती चुकीची व पोकळ आहे, हेही वामनदादा आवर्जून सांगतात. शिका! संघटित व्हा! संघर्ष करा! शिक्षण हे वाघिणीचे दूध आहे! हे पिल्यास कोणीही गुरगुरल्याशिवाय राहणार नाही. शिक्षणानेच माणूस विद्वान बनतो, असे आम्हाला जीव तोडून बाबासाहेबांनी सांगितले; परंतु आम्ही त्याकडे दुर्लक्ष केले. डॉ. बाबासाहेब आंबेडकरांनी बुद्ध, कबीर व फुले यांना गुरू मानले. याच गुरूच्या पावलांवरती पाऊल टाकून त्यांनी मार्गक्रमण केले आणि इतिहास घडविला. आम्ही मात्र बाबासाहेबांनी दाखविलेल्या मार्गाकडे त्या पाऊलवाटेवरून जाण्याचे टाळत आहोत. डॉ. बाबासाहेब आंबेडकरांनी गुलामाला गुलामीची जाणीव करून द्या म्हणजे तो बंड करून उठेल, असे सांगितले. धर्माने लादलेली हजार वर्षाची गुलामगिरी नष्ट केली. परंतु आज आमचे पुढारी त्याच गुलामीचे पाईक बनण्याचा प्रयत्न करत आहेत. त्याच गुलामीला पुन्हा कवटाळण्याचा प्रयत्न करत आहेत. पुन्हा बाबासाहेबांची ही जनता गुलाम होईल का? असा प्रश्न वामनदादांनी विचारलेला आहे. जसे इंग्रजांच्या काळात अस्पृश्यांना कोतवालकीचा पेशा करावा लागायचा. तोच पेशा पुन्हा तुम्हाला करायचा आहे का? अशा प्रकारचा सवाल वामनदादा कर्डक यांनी या गीताच्या माध्यमातून विचारला आहे. यातून आपण त्वरित सावरलो नाही तर बाबासाहेबांचे नाव त्यांच्याच अनुयायांनी बुडविले असाच त्याचा अर्थ होईल.

२७. पहाट वारा

इकडे पहाट वारा, येऊ दिलाच नाही
घरट्यात गारवा हा नेऊ दिलाच नाही ...

हिरवा चुटक चारा, सारेच खात होते
चारा असा आम्हाला, सेवू दिलाच नाही ...

होता जीवा शिवाचा, सरदार नेक नामी
पोषाख तो आम्हाला, लेवू दिलाच नाही ...

आली ढुंगास काटी, नि गाडगे गळ्याला
वाटेत पाय आमचा, उमटू दिलाच नाही ...

बंदूक लाभली नि, चिडली महार सेना
आराम पेशव्याला, घेऊ दिलाच नाही ...

जाऊ न कोरेगावी, पाहून घे निशाणी
झेंडा दुजा कुणाला, रोवू दिलाच नाही ...

वामन तुझ्या कुळाच्या, झुंजार माणसांनी
सन्मान हा कुणाला, घेऊ दिलाच नाही ...

गावकुसाबाहेर अस्पृश्यांना दुःख, दारिद्रय, दास्य, गुलामी याशिवाय त्यांच्या वाट्याला काहीच आलेले नव्हते. त्यांना दोन वेळचे खायलासुद्धा मिळत नव्हते. अंगावर कपडा नाही. प्यायला पाणी नाही. अशा अवस्थेत हा समाज युगानुयुगे जगत होता. सवर्णांच्या घरी दिवसभर राब-राब राबून त्याला मिळणारी मजुरी मागणे हा गुन्हा होता. या अस्पृश्यांच्या भरवशावर जगणारा समाज संपन्न होता. त्याच्याकडे सुग्रास भोजन होते. तर इकडे हा समाज शिळेपाके अन्न खाऊन आपली गुजराण करत होता. छत्रपती शिवाजी महाराजांनी मात्र आपल्या सैन्यात सर्व जाती-धर्माचे लोक घेतले. त्यांचा एक नेक सरदार म्हणजे जीवा महाल होय. तो आपल्या अंगावर लष्करी पोशाख चढवून शत्रूवर असा हमला करत असे की, अच्छे-अच्छे त्याच्यासमोर टिकाव धरू शकत नव्हते.

पेशवाईच्या काळात मात्र अस्पृश्यांच्या ढुंगणास खराटा नि गळ्यात गाडगे आले. त्याला रस्त्यावरून जाताच येऊ नये; गेला तर त्याचे पावले रस्त्यावर उमटू नये, अशी तजवीज केली होती. ब्रिटिशांनी मात्र अस्पृश्यांच्या हातात शस्त्र दिले. पाचशे महार सैनिकांनी २८ हजार पेशव्यांना धुळीस मिळविले. ब्रिटिशांनी महारांच्या हातात बंदूक दिली. या बंदुकीचा परिणाम काय असतो हे पेशव्यांना दाखवून दिले. अशी ही महार फौज निडरपणे लढली. पेशव्यांना सळो की पळो करून टाकले आणि पेशवाई नष्ट केली. हा इतिहास आजही ताजा आहे.

कोरेगावी जाऊन पाहिले तर महार अस्पृश्य सैनिकाच्या सन्मानार्थ त्या ठिकाणी जो स्तंभ उभारलेला आहे तो स्तंभ पाहिल्यावर हे लक्षात येते. म्हणून डॉ. बाबासाहेब आंबेडकर दरवर्षी १ जानेवारीला भीमा कोरेगावला जायचे आणि आपल्या अस्पृश्यपूर्वजांना मानवंदना द्यायचे. भीमा कोरेगाव येथील लढाईत ब्रिटिशांच्या बाजूने लढत असताना महार सैनिकांनी १ जानेवारी १८१८ रोजी पेशवाईचा नायनाट केला. आपल्या पूर्वजांच्या या अद्वितीय अनमोल अवर्णनीय शौर्यगाथेला वंदन करण्यासाठी वामनदादांनी ही 'पहाट वारा' नावाची गझल लिहिली. आपल्या लढाऊ वीरांची आणि झुंजार महार सैनिकांची ही गौरव गाथाच होय.

२८. सरताज मीच आहे...

भीमा तुझ्या पिढीचा, आवाज मीच आहे
दारातला तुझा तो गजराज मीच आहे...

गायक कवी प्रणेता, जेत्यामधील जेता
काहीच काल नव्हतो, तो आज मीच आहे...

व्हा रे खुशाल आता, नेता नव्या पिढीचा
माझ्या तरी पिढीचा सरताज मीच आहे...

वामन तुझ्या गीतांचे संगीत मीच आहे
या आर्त संगीताचा, हा साज मीच आहे...

विचार कितीही चांगले असले तरी विचारांना मरण असते. जर विचारांना पुढे नेणारी पिढी नसली तर विचार नष्ट होऊ शकतात. हे विचार जिवंत ठेवण्यासाठी नवीन पिढीने काय केले पाहिजे, यासाठी बाबासाहेबांनी सर्व काही लिहून ठेवलेले आहे. याबाबत वामनदादा म्हणतात, 'हे भीमा तुझ्या पुढच्या पिढीचा आवाज मीच हाच गोरगरीब समाज आहे. त्यांनी तुझी विचारधारा स्वीकारली आहे. ती गीतांच्या माध्यमातून जनसामान्यांमध्ये पेरीत आहे. डॉ. बाबासाहेब आंबेडकरांच्या गौरवार्थ बोलतांना वामनदादा म्हणतात, 'तू दिलेला हत्ती आणि त्याची महती मी गावोगावी पोहोचविणार आहे'. हे तुझे विचार मी एक गायक, कवी, नेता म्हणून मी पोहोचवणार आहे.

काल आम्ही आमचे अस्तित्व गमावलेले होते. परंतु तुम्हीच आमचे अस्तित्व निर्माण करून दिले. आज मी आपल्यामुळेच अस्तित्वात आहे. बाबासाहेब म्हणाले होते, 'हा रथ मी इथपर्यंत आणलेला आहे, तो पुढे नेता येत नसेल तर नेऊ नका, पण मागे आणू नका. हा मोलाचा संदेश दिलेला होता.

हा रथ पुढे नेण्यासाठी कुणाला जर नेता व्हायचे असेल तर नव्या पिढीचा नेता खुशाल व्हावे! परंतु माझ्या पिढीचा मात्र मीच बादशहा आहे. हे बादशाही वर्तन कायम राहणार आहे. समाजाला उद्देशून बोलताना वामनदादा म्हणतात, 'तुझ्या गीतांचे संगीत सुद्धा मीच आहे आणि ह्या कारुण्यमय दुःखितांचा व पिडलेल्या संगीताचा साज देखील मीच आहे.' भीमा तुझ्या पिढीचा आवाज मीच आहे. तुझ्या दारात असलेल्या गजराजाचा चित्कार सुद्धा या रणधुमाळीत दुमदुमणार आहे.

२९. जीवाला जीवाचे दान

जीवाला जीवाचं दान माझ्या भीमानं केलं
झिजून जीवाचं रान माझ्या भीमानं केलं

साऱ्या महारामधी मॅट्रिक नव्हतं कुणी
यश घेऊन आली भीमाची लेखणी
असं अमृताचं पान माझ्या भीमानं केलं

एका गरीब घरी जन्माला येऊन
तरी शिकावयाची जिद्द उरी ठेवून
अमेरिकेला प्रयाण माझ्या भीमानं केलं

आला कोलंबियाहून पीएचडी होऊन
दुजी विलायतेची बॅरिस्टरी घेऊन
त्याच देशाला दान माझ्या भीमानं केलं

शाळा कॉलेज काढली शिकली सारी मुलं
पानाशेजारी फुलली दरवळणारी फुलं
असं नव निर्माण माझ्या भीमानं केलं

आधी माणुसकीचा दिला आम्हाला धडा
मग प्रेत मनूचे पेटविले धडधडा
असं आम्हा बलवान माझ्या भीमानं केलं

जात होऊन आमच्या पडली होती गळी
त्या सटवाईची आम्हीच भरली तळी
असं तीचं शिरकान माझ्या भीमानं केलं

राज दरबारी अशी केली कारागिरी
लोकशाहीचा तुरा लेवून आपल्या शिरी
कायद्याचं कार्य महान माझ्या भीमानं केलं

नाही जनता आता वामनवानी खुळी
वाट चुकावयाची चिंता नाही मुळी
असं आम्हा सज्ञान माझ्या भीमानं केलं
झिजून जीवाचं रान...

डॉ. बाबासाहेब आंबेडकरांनी आम्हाला अत्यंत काळजीपूर्वक जपले व स्वतः मात्र अतिशय तळमळीने खूप कष्ट घेतले आणि आमच्या जीवनाला आकार दिला. डॉ. बाबासाहेब आंबेडकर जानेवारी १९६० मध्ये मॅट्रिकची परीक्षा उत्तीर्ण झाले. अस्पृश्य समाजातील मॅट्रिक उत्तीर्ण झालेले ते पहिले विद्यार्थी होते. बाबासाहेबांनी मॅट्रिकची परीक्षा उत्तीर्ण केल्याबद्दल त्यांचे अभिनंदन करण्यासाठी रावबहादूर सी. के. बोले यांच्या अध्यक्षतेखाली सभा आयोजित करण्यात आली. याप्रसंगी सुभेदार रामजी आंबेडकरांचे मित्र व बाबासाहेबांचे मार्गदर्शक गुरुवर्य कृष्णाजी अर्जुन केळुस्कर यांनी आपले भगवान बुद्धाचे चरित्र हे पुस्तक बाबासाहेबांना भेट दिले. तेव्हापासूनच भीमाची लेखणी यश घेऊन आली, असे म्हटल्यास वावगे ठरणार नाही. त्यानंतर डॉ. बाबासाहेब आंबेडकरांनी कधीच मागे न वळून बघता शिक्षणामध्ये जी अभूतपूर्व क्रांती केली ती संपूर्ण समाजाला दिशादर्शक होती.

भारताच्या विविध भागात महारांना अस्पृश्य, बहिष्कृत, अतिशूद्र अथवा नामशूद्र म्हणून संबोधतात. अशा समाजातील एका गरीब

घरी बाबासाहेबांचा जन्म झाला. परंतु या गरिबीचे दुःख वेशीवर टांगून शिकण्याची जिद्द उराशी बाळगून डॉ. बाबासाहेब आंबेडकरांनी अमेरिकेच्या न्यूयॉर्क येथील कोलंबिया विद्यापीठातील राज्यशास्त्र शाखेत प्रवेश घेतला. दररोज १८ तास अभ्यास करून बाबासाहेबांनी शिक्षणासाठी अहोरात्र परिश्रम घेतले. त्यानंतर जून १९१६ रोजी बाबासाहेबांनी पीएचडीच्या पदवीसाठी 'द नॅशनल डिव्हीडंट ऑफ इंडिया हिस्टॉरिकल अँड स्टडी' या नावाचा प्रबंध कोलंबिया विद्यापीठाला सादर केला. तो प्रबंध विद्यापीठाने स्वीकारला. आणि बाबासाहेब आंबेडकरांना पीएचडी बहाल केली. त्यानंतर ११ नोव्हेंबर १९१६ रोजी लंडनमधील 'ग्रेज इन' या संस्थेत बॅरिस्टरीचा अभ्यासक्रम करण्याच्या हेतूने बाबासाहेबांनी आपले नाव दाखल केले. अशा तऱ्हेने या संस्थेतसुद्धा बार ऑट लॉ करून बॅरिस्टर ही पदवी मिळविली. याचा फायदा या देशातील गोरगरीब जनतेला करून दिला. ग्रामीण भागातील विद्यार्थ्यांना शिक्षणाची सुविधा उपलब्ध करून देण्यासाठी डॉ. बाबासाहेब आंबेडकरांनी औरंगाबाद येथे मिलिंद महाविद्यालय तर मुंबई येथे सिद्धार्थ महाविद्यालयाची स्थापना केली.

ज्या काळात अस्पृश्य विद्यार्थ्यांना शिक्षणाच्या सुविधा नव्हत्या, त्या काळात अस्पृश्यांच्या ज्ञानार्जनासाठी महाविद्यालये उघडली. या महाविद्यालयातून अनेक पिढ्या शिकल्या, सवरल्या, मोठ्या झाल्या. नोकरीवर लागले, अधिकारी आणि पदाधिकारी झाले. अशातऱ्हेने एकेकाळी बहिष्कृत, गावकुसाबाहेर राहणारा समाज आता मोठमोठ्या पदावर व हुद्द्यावर बसू लागला, असे नवनिर्माणाचे कार्य माझ्या भीमाने केले. डॉ. बाबासाहेब आंबेडकरांनी बुद्धाचे तत्त्वज्ञान आत्मसात केले होते. त्यांनी सर्व मानव समान आहेत, हा संदेश दिला. माणुसकीचा धडा आम्हाला शिकविला. त्यानंतर माणुसकीला कुठलेही स्थान नसणाऱ्या मनुस्मृतीला रायगडाच्या पायथ्याशी धडा-धडा पेटवून दिले. यातून अस्पृश्य समाजात चैतन्य निर्माण झाले. अस्पृश्य समाज मानसिक गुलामीतून बाहेर पडला. स्वाभिमानाने जीवन व्यतीत करू लागला. असे आम्हाला मानसिक बलवान माझ्या भीमाने केले आहे.

त्या काळात जातीभेद तीव्र होता. अस्पृश्यांना महार म्हणून जीवन व्यतीत करावे लागत होते. अशा ह्या अस्पृश्येतेला गाडण्यासाठी आम्ही सगळे सिद्ध झालो होतो. बाबासाहेबांच्या पावलावर पाऊल ठेवून त्यांनी सांगितल्याप्रमाणे कार्यप्रवण होत होतो. अशा तऱ्हेने या दुष्ट जातीव्यवस्थेची आम्ही होळी केली. तिचे शिरकाण केले. हे सर्व माझ्या भीमाने जीवापाड मेहनत घेऊन केले एवढेच नव्हे तर ज्यावेळेस देशाचे संविधान लिहिण्याची जबाबदारी बाबासाहेबांवर आली त्यावेळेस महान कामगिरी बाबासाहेबांनी करून दाखविली. या देशाची लोकशाहीव्यवस्था कशी असावी? शासन व्यवस्था कशी असावी? लोकशाही कशी असावी? याबद्दलचे मार्मिक विवेचन बाबासाहेबांनी केले.

लोकांच्या सामाजिक व आर्थिक जीवनात रक्ताचा एकही थेंब न सांडवता झालेली क्रांती म्हणजे लोकशाही होय. अशी बाबासाहेबांनी लोकशाहीची व्याख्या केली होती. अशा प्रकारची कामगिरी फक्त बाबासाहेबांनी केली. आपल्या प्रकृतीची तमा न बाळगता, भारताचे संविधान तयार करण्याच्या कामात ते गढून गेले. या देशाला एक प्रबळ राष्ट्र उभे करण्यासाठी बाबासाहेबांनी आपल्या जीवाचे रान केलेले आहे. आता बाबासाहेबांनी आम्हाला सांगून ठेवले की, मी केलेल्या कामाचा रथ इथपर्यंत आणून ठेवलेला आहे. तो जर आपल्याला पुढे न्यायचा असेल तर न्या! परंतु मागे येऊ देऊ नका! ही बाबासाहेबांची अपेक्षा आता आपल्याला पूर्ण करायची आहे. बाबासाहेबांनी दिलेल्या मार्गावरून आम्हाला मार्गक्रमण करायचे आहे. डॉ. बाबासाहेब आंबेडकरांनी आम्हाला डोळस बनवले, सज्ञान बनवले, असे महान कार्य माझ्या भीमाने केल्याचे वामनदादा मोठ्या आत्मीयतेने आणि तळमळीने सांगत आहेत.

३०. भीमवाणी पडली माझ्या कानी

भीमवाणी पडली माझ्या कानी
तीच वाणी ठरली माझी गाणी

बलवान गडी बलदंड, जणू पोलादाचा पिंड
हलविण्यास भारत खंड, ठोकूनी आपुला दंड
भीम गर्जना करीत होता महाडच्या मैदानी ...

बांधून शिदोरी पाठी, करी खुळखुळणारी काठी
पाण्याच्या झगड्यासाठी, चवदार तळ्याच्या काठी
खवळून उठले जयभीमवाले पिऊ म्हणाले पाणी...

ती महाडची ललकारी, देशात पसरली सारी
उपसून जुन्या तलवारी, या म्हणे एकदा दारी
एक हाकेने पेटून उठले कोटी कोटी प्राणी...

ह्या भीमपथाने जाता, चिंता न जीवाची आता
गाऊनी भीमाची गाथा, सुखवावी जनता माता
गाता गाता वामनवानी जळो बिचारी ज्वानी...

भीम वाणी पडली माझ्या कानी...

विद्यार्थी तसेच छोट्या भीमाला आपल्या हीनदीन, केविलवाण्या जिन्याची जाणीव झाली. आपणास शाळेत वेगळे का बसवण्यात येते? बसण्यासाठी गोणपाट घरून का न्यावी लागते? काही शिक्षक आपल्या पुस्तकांना नि वह्यांना हात का लावत नाही? ह्या गोष्टीचा आता बाळ भीमाला उलगडा झाला. पाणी प्यायचे झाल्यास भीमाने हाताची ओंजळी करून तोंड वर करायचे आणि कोणीतरी वरून पाणी त्याच्या तोंडात ओतावे, असा भीमाचा अनुभव असे. एकदा स्पृश्य हिंदूच्या पाणवठ्यावर पाणी पिताना भीम सापडला, तेव्हा त्याला काळा-निळा होईपर्यंत स्पृश्य हिंदूंनी गुरासारखा बडवला. रेडे भादरणाऱ्या न्हाव्यालाही त्याच्या डोईचा विटाळ वाटे. ह्या साऱ्या विटंबनाचे मूळ आपणास लोक अस्पृश्य समजतात ह्यात आहे हे बा! भीमाला हळूहळू उमजू लागले. अस्पृश्यतेच्या कलंकाचा तो निर्गुण असा परिपाक आहे, याची भीमाच्या बाल मनाला जाणीव होऊ लागली.

स्पृश्य हिंदूंच्या या माणुसकीशून्य वागणुकीमुळे अस्पृश्यांना शतकानुशतके जो मनस्ताप, हालअपेष्टा, मनुष्यत्वाला कलंकित करणाऱ्या घटना सहन कराव्या लागल्या, त्याचे हे भयंकर उदाहरण होते. रामजी सुभेदार हे महात्मा जोतिबा फुले यांचे मित्र होते. जोतिरावांनी ब्राह्मणीकरणाच्या, विरोधात अस्पृश्यांच्या शिक्षणासाठी नि सामाजिक समतेसाठी जे बंड पुकारले त्याचा त्यांच्या मनावर विशेष परिणाम झाला होता. लष्करात राहिल्यामुळे त्यांना अन्यायाच्या विरोधात लढण्यासाठी शिस्त व धैर्य अंगी बाळगून काम करण्याचा अनुभव होता. तोच गुण डॉ. बाबासाहेब आंबेडकरांमध्ये आला. याचे उदाहरण महाडच्या संगराच्या संदर्भात दिसून आले.

हिंदूंनी मुसलमान होऊन तळ्यातील पाणी भरले तर हिंदूंना विटाळ होत नाही. परंतु हिंदू धर्मीय महार, चांभारांनी त्यातले पाणी भरले तर हिंदू धर्म बाटतो, अशी गर्जना करणाऱ्या धर्ममार्तंडाना, हिंदूंना त्यांनी बजावले की, हे धर्मरक्षण नव्हे! हा धर्मदुराग्रह आहे. त्यांनी अशी भीमगर्जना केली की, 'अस्पृश्यता हिंदू धर्मावरील कलंक नसून तो आमच्या नर देहावरील कलंक आहे' तो पुसून काढण्याची जबाबदारी

आमची आहे. आजपर्यंत आम्ही तो हिंदू धर्मावरील कलंक आहे, असे आम्ही मानत होतो. परंतु आता आमचे विचार बदलले आहेत, अशी महाडच्या मैदानी त्यांनी गर्जना केली. हीच भीमगर्जना अस्पृश्यांना ऐकायला मिळाली आणि ह्याच गर्जनेची गाणी मी गात आहे, असे वामनदादा म्हणतात.

अस्पृश्यांना त्या काळात उदरनिर्वाहासाठी काही साधन नव्हते. गुलामीचे जिणे होते. विनामोबदला काम करावे लागायचे. आपल्या पाठीला शिदोरी बांधून आणि हातात खुळखुळणारी काठी घेऊन त्याला चालावे लागायचे. जेणेकरून त्या काठीला बांधलेल्या घुंगरांचा आवाज सर्वांना ऐकू जाईल व सर्वांना समजेल की, महार येत आहे. अस्पृश्य येत आहे. अशा ह्या अस्पृश्यांना महाडच्या संगरात येण्याचे बाबासाहेबांनी आवाहन केले आणि त्यांना चवदार तळ्याच्या काठावर उभे केले. ते सगळे ओंजळीने महाडच्या चवदार तळ्याचे पाणी पिले. ही महाडची ललकारी संपूर्ण देशभर गाजली. आजही देशात अस्पृश्यांना सार्वजनिक ठिकाणीसुद्धा पाणी पिता येत नाही. म्हणून कोटी-कोटी अस्पृश्य बाबासाहेबांच्या एका हाकेने जमा झाले.

त्याकाळी अस्पृश्य ब्रिटिशांच्या लष्करात होते. लष्करी शिस्त त्यांना माहीत होती. ते सगळे जुन्या तलवारी उपसून एका हाकेने पेटून उठले आणि महाडच्या मैदानात उपस्थित झाले. त्यावेळेस बाबासाहेबांनी एक जरी इशारा केला असता तरी रक्तपात घडला असता; परंतु बाबासाहेबांनी अस्पृश्यांवर सवर्णांनी केलेल्या हल्ल्याचे प्रत्त्युत्तर दिले नाही. शांतता ठेवण्यासाठी त्यांनी सहकार्य केले. डॉ. बाबासाहेब आंबेडकरांनी महाडच्या चवदार तळ्याचा जो संगर उभा केला, त्या संगराच्या पायवाटेने जाताना आता आम्हाला जीवाची सुद्धा चिंता उरलेली नाही. बाबासाहेबांनी दिलेल्या पथावरून त्यांची गाथा गात जात आहोत. बाबासाहेबांच्या या मार्गावरून जात असताना आमची संपूर्ण हयात जरी यात गेली तरी आम्ही आमच्या सुखमय जीवनाला हातभार लावल्यासारखे होईल. हे प्रत्येक युवकांचे कर्तव्य आहे, असे वामनदादा म्हणतात.

३१. भले उद्याचे

माझे भले उद्याचे माझ्या हातात आहे
कारण तुझ्या पथाने मी गात जात आहे

परील मीच येथे क्रांती तथागताची
कारण तुझीच गाथा माझ्या हातात आहे

तू उच नीचतेला जाळीत काल गेला
ती आग पेरणारी माझीच जात आहे

जाळील मी जगाचे सारेच तोफखाने
कारण तुझ्या परी हा माझाच हात आहे

वादामुळेच येथे राष्ट्राची राख होते
वादामुळेच वामन रक्तात न्हात आहे

डॉ. बाबासाहेब आंबेडकरांनी आपल्या अनुयायांना बुद्धाचे स्वयं दीप व्हा! या मार्गावरून जाण्याचा उपदेश केला. या पथानी गेल्यासच तुम्ही तुमचा उद्धार स्वतःच करणार आहात. त्याशिवाय अन्य मार्गाची गरज नाही. १४ ऑक्टोबर १९५६ ला नागपूरला आणि १६ ऑक्टोबर रोजी चंद्रपूर येथे आपल्या लाखो अनुयायांना बाबासाहेबांनी बुद्ध धम्माची दीक्षा दिली. ह्याच बुद्धाच्या मार्गाने आता तुमची उन्नती होणार आहे. हीच तथागताची क्रांती ठिकठिकाणी तुम्ही पोहोचवली पाहिजे.

ही बाबासाहेबांची गोष्ट माझ्या लक्षात आहे. त्याच मार्गाने मी गात-गात जात आहे. हीच तथागताची क्रांती मी ठिकठिकाणी पेरणार आहे. कारण तुझीच गाथा माझ्या हातामध्ये आहे, असे वामनदादा म्हणतात.

वर्णव्यवस्थेतून संक्रमित झालेल्या जाती व्यवस्थेला, उच्चनीचतेला डॉ. बाबासाहेब आंबेडकरांनी सुरुंग लावला. मीसुद्धा आता तसाच सुरुंग लावीत जाणार आहे. जगाने युद्धाचे भयंकर परिणाम पाहिलेले आहे. म्हणून जग बुद्धाकडे आशेने पाहत आहे. याबरोबर वामनदादा म्हणतात की, मी जगातील सारेच तोफखाने जाळून टाकणार आहे. या जगाला युद्धाची नव्हे तर बुद्धाची गरज आहे. बुद्धाच्या महाकरुणेची आणि अहिंसेची गरज आहे. हीच गरज तुम्ही आम्हाला सांगितलेली आहे. या देशांमध्ये अनेक वाद उत्पन्न होत आहेत. परंतु सगळ्यात जास्त नुकसान वर्णव्यवस्थेमुळे झालेले आहे. ह्या वर्णव्यवस्थेमुळे हा देश एकसंध होत नाही. त्याला एकसंध करण्यासाठी, देशातील नागरिकांमध्ये राष्ट्रवादी भावना निर्माण करण्यासाठी, आपण झटले पाहिजे. रक्तविहीन क्रांती केली तरच या देशाची लोकशाही आणि भवितव्य उज्ज्वल होणार आहे, असे वामनदादा म्हणतात.

३२. रंग

रंग लाल आहे तुझ्या लेखणीला

करू काय आता अशा देखणीला

रक्त सांडणारा तुझा पंथ आहे

दया ना तुझ्या त्या भाले फेकणीला

रक्त ना पडावे कार्य तर घडावे

असे गौतमाशी मन तुझे जडावे

हाकला भीमाने जसा भीमगाडा

तसे यश यावे तुझ्या हाकणीला

नको पातकांची पिलं राखणारा

नको भारताला रक्त चाखणारा

कसे रक्त देऊ कसे जीत ठेवू

इथे ढेकणाला आणि ढेकणीला

नको वाटमारी नको साठमारी

मनी आज वामन अशी गाठ मारी

तरी मालकी ही करू नष्ट सारी

गडी लाख आले जरी राखणीला

कामगारांची सत्ता प्रस्थापित करण्यासाठी मार्क्सने रक्तरंजित क्रांतीला समर्थन दिलेले आहे. एकदा भांडवलशाही नष्ट झाली आणि

कामगारांची सत्ता आली की सर्व काही सुरळीत होईल, अशी अपेक्षा मार्क्सने व्यक्त केली होती. यावर वामनदादा कर्डक म्हणतात, 'अशा या मार्क्सच्या रक्तरंजित क्रांतीला आम्ही कसे काय समर्थन द्यावे.' रक्तरंजित क्रांती करून आलेली सत्ता कितीही सुंदर असली तरी ती आमच्या पचनी पडणार नाही. असा हा तुझा रक्त सांडवणारा विचार आम्हाला मान्य नाही. या विचारात दयामायेला कुठलेही स्थान नाही. क्रांती तर व्हावी! परंतु रक्तरंजित नसावी. रक्त न सांडवता शांततेच्या मार्गाने क्रांती झाली पाहिजे. ही क्रांती आम्हाला बुद्धाच्या धम्मामध्ये दिसत आहे.

ज्याप्रकारे डॉ. बाबासाहेब आंबेडकरांनी बुद्ध धम्माचा स्वीकार करून मानवतावादाची शिकवण दिलेली आहे. जसे बाबासाहेबांनी शांततेच्या मार्गाने धम्मक्रांती केली ह्याच शांततेच्या मार्गाने आपण जावे.

या देशातील एक वर्ग असा आहे की तो फक्त आयत्या बिळावर नागोबा आहे. कुठलेही कष्ट न करता तो जगत आहे. तीनही वर्गातील लोक त्याची सेवा करत आहेत. अशी ही पातकांची पिल्लं राखणारा नसावा. सशस्त्र क्रांती करून उठाव करणाराही नसावा. ब्राम्हणशाही आणि श्रमिकांची रक्तपाती क्रांतीतून निर्माण झालेली व्यवस्था भारताला योग्य दिशा देऊ शकत नाही. म्हणून या दोन्ही गोष्टी आम्हाला नको आहे. मनमाड येथे जीआयपी रेल्वेच्या अस्पृश्य वर्गातील कामगारांच्या परिषदेत डॉ. आंबेडकरांनी भाषण केले. त्यावेळेस त्यांनी ब्राम्हणशाही आणि भांडवलशाही हे दोन कामगारांचे मोठे शत्रू असून त्यांच्या विरोधात संघटित झाले पाहिजे, असे सांगून समता, स्वातंत्र्य, नि बंधुभावाचा अभाव म्हणजे ब्राम्हणशाही होय, असे प्रतिपादन केले होते. अशा ह्या ब्राह्मणशाहीला नष्ट करण्यासाठी आम्ही जीवापाड प्रयत्न करू, असे वामनदादा या गीताच्या माध्यमातून सांगतात. प्रतिक्रांती करू इच्छिणारे लाख आले तरी आम्ही त्यांची प्रतिक्रांती यशस्वी होऊ देणार नाही, अशी खूणगाठ आम्ही बांधली आहे. त्यासाठी समाजाने तत्पर राहावे, अशी विनंतीही वामनदादा आपल्या गीतात करतात.

३३. आज तरी क्रांतीसाठी

आज तरी क्रांतीसाठी
वाट भीमाची धरशील का?
उठून सारा देश तुझा
आज उभा तू करशील का?

उकीरड्यावर चरणारा
तिथेच राहून मरणारा
झाली आजादी आज तरी
हिरव्या रानी चरशील का?

तो धनी तू चाकर का?
तुलाच थोडी भाकर का?
सांग अशा लाचारीने
पोट तरी तू भरशील का?

धनवंतांची जात पहा
बसली लाडू खात पहा
कसा उपाशी तूच असा
सांग अशाने तरशील का?

तू वनवासी आदिवासी
कंदमुळे का रे खासी

तुझा लढा तू लढताना
सांग तू मागे सरशील का?

वामनच्या भटक्या जाती
वाट फुटे तिकडे जाती
आता तरी या सान्यांची
उभी वसाहत करशील का?

भारताचा इतिहास म्हणजे दुसरे तिसरे काही नसून बौद्ध धर्म व ब्राह्मणशाही यांच्यातील संघर्ष होय. आर्यांच्या पासून भारतीय इतिहासाचा प्रारंभ होतो, असे मानले जाते. नागांपासून भारताचा राजकीय इतिहास सुरू होतो. नाग पराक्रमी होते. त्यामुळे आर्य त्यांना ते जिंकू शकले नाहीत. प्राचीन काळापासून राजकीय क्षेत्रात जी भरीव कामगिरी भारताने बजावली त्यात नाग लोकांचा मोठा वाटा आहे. त्यांनीच भारताला वैभवाचे दिवस प्राप्त करून दिले. मगध राज्याच्या संस्थापकाचे नाव अनागरीक होते. तो नाग जमातीचा होता. शिशूनागाने मगध राज्याचा विस्तार केला. त्यानंतर बिंबिसारने आपल्या राज्याचे साम्राज्य निर्माण केले. राजा अशोक यांच्या कारकिर्दीत या साम्राज्याचा आणखी विस्तार झाला. त्यास मौर्य साम्राज्य किंवा अशोकाचे साम्राज्य या नावाने ओळखले जाऊ लागले. पुष्यमित्राच्या नेतृत्वाखाली या मौर्य साम्राज्यविरुद्ध बंडाचे निशाण फडकवले गेले. पुष्पमित्राचे गोत्र सुंग होते. सुंग हे सामवेदी ब्राह्मण असून त्याचा पशुहत्येवर, सोमयज्ञावर विश्वास होता. अशा तऱ्हेने पुष्यमित्राची ही प्रतिक्रांती होय. अन्यथा त्यांनी बौद्ध धर्मियांचा छळ करण्याचे कारण नव्हते. बौद्ध धर्माचे उच्चाटन करून पुष्पमित्राने ब्राह्मणशाही प्रस्थापित केली. म्हणून ही अशी प्रतिक्रांती नष्ट करण्यासाठी आपणास क्रांतीसाठी बाबासाहेबांनी दाखवलेल्या मार्गाने मार्गक्रमण केले पाहिजे. यासाठी संपूर्ण देशबांधवाला जागृत केले पाहिजे. इथल्या वर्णव्यवस्थेने या देशातील लोकांना, अस्पृश्यांना

उकिरड्यावर दुःखद ठेवले होते. उकिरड्यावरच राहून तिथेच जगणे आणि तिथेच मरणे, हा त्याचा जीवनक्रम झाला होता. डॉ. बाबासाहेब आंबेडकरांनी भारताला संविधान दिले. त्या माध्यमातून शांततेच्या मार्गाने रक्तविहीन क्रांती केली.

आज हे स्वातंत्र्य आपल्याला बाबासाहेबांनी दिलेले आहे. म्हणून अशा या स्वातंत्र्यात तुला काही चांगली फळे प्राप्त करून घ्यायची असतील तर बाबासाहेबांनी दाखवलेल्या मार्गाने आपल्याला चालावे लागेल. आजही या देशात धनी विरुद्ध चाकर अशी व्यवस्था निर्माण झालेली आहे. केलेल्या कामाचे फळही तुला मिळत नाही. असे लाजिरवाणे जिणे तू आता जगशील का? लाचारीचे जीवन झुगारून देऊन बंड करण्यास प्रवृत्त झाले पाहिजे. बिना कष्टाने जीवन जगणारे पहा कसे मजेत सत्तेची सारी फळे चाखत आहेत आणि तूच असा निराधार, असाहाय्य का? जर तू बाबासाहेबांच्या मार्गाने चाललास तर तुलाही सत्तेची फळे चाखता येतील.

या देशातील अस्पृश्य आणि आदिवासी समाजासाठी बाबासाहेबांनी स्टार्ट कमिटीसोबत पूर्ण महाराष्ट्रभर फिरून त्यांना ह्या लोकांची दैनावस्था दाखवून दिली होती. तू वनवासी आदिवासी म्हणून तुला जंगलामध्ये पाठवण्यात आले. तिथे तुला कंदमुळे खाऊन जगावे लागत आहे. तू क्रांतिकारी बिरसा मुंडाचा शिपाई आहे. ज्या एकट्या बिरसाने ब्रिटिशांच्या शेकडो सैनिकांना सळो की पळो करून सोडले होते. अशा त्या क्रांतिपुरुषाची अवलाद आहे. अशा या क्रांतीपुरुषाच्या अवलादीने मागे न पाहता आता आपला लढा लढला पाहिजे. जल, जंगल, जमीन हे आदिवासी समाजाचे जीवनस्रोत आहेत. मूलभूत संपत्ती आहे. त्याच्यासाठी तुला लढावे लागेल. त्याचबरोबर भटक्या जमातीचे दुःख तर अपरिमित आहे. त्याची संपत्ती म्हणजे गाढव. गाढवाच्या पाठीवर आपले संसाराचे ओझे वाहावयाचे असून निवांत भटकंती करीत राहायचे. ना गाव, ना शिक्षण या सगळ्या सुविधापासून कोसो दूर असलेला हा समाज वाट फुटेल तिकडे जात आहे.

राजर्षी शाहू महाराजांनी मात्र या भटक्या समाजासाठी वसाहत निर्माण केली. भटक्यांना काम धंद्यांना लावले, फुले-शाहू-आंबेडकरांनी आमच्या या संपूर्ण समाजाच्या उद्धारासाठी तीळ-तीळ जीव लावून तुमच्या उत्थानासाठी कार्य केलेले आहे. या सगळ्या समाजांनी आदिवासी, भटक्या-विमुक्त जमातींनी एकसंध होऊन आता बाबासाहेब आंबेडकरांच्या तत्त्वज्ञानाचा स्वीकार करून, त्यानुसार मार्गक्रमण केले तरच आपल्याला चांगले दिवस येईल. आज तरी क्रांती करण्यासाठी आपण एकजुटीने लढा उभारला पाहिजे, असे आवाहन वामनदादा या गीताच्या माध्यमातून करीत आहे,

३४. भीमयान

भीमयान भीमयान
यालाच म्हणती भीमयान

भीम फुले ओठावरती
तेच इथे क्रांती करती
अण्णाभाऊ साठे साठी
सर्वस्वाचे करती दान

छत्रपती शाहू राजा
जगातला मोठा राजा
त्या राजाच्या क्रांतीसाठी
जिंकू सारे रण मैदान

भीमयान भीमयान
यालाच म्हणती भीमयान
राष्ट्रासाठी अर्पी प्राण
यालाच म्हणती भीमयान

वामनची सारी गाणी
घुमवी लोकांच्या कानी
गिरी कंदरी लढे पेटवी
असे पेटवी सारे रान

डॉ. बाबासाहेब आंबेडकरांनी आम्हाला मताचा अधिकार दिला. राखीव जागा दिल्या. नोकरीमध्ये आरक्षण दिले. लोकशाही दिली आणि सर्वांत महत्त्वाचे म्हणजे या देशाला सर्वोच्च ग्रंथ संविधान दिले. हेच भीमयान आहे. यालाच भीमयान म्हणतात. याच यानाच्या माध्यमातून आम्ही आमच्या जीवनात परिवर्तन घडवून आणले पाहिजे. बाबासाहेब आंबेडकरांनी आमच्या वाळवंटरुपी जीवनामध्ये नंदनवन फुलविले. म्हणून ज्याच्या ओठावर फुले आणि आंबेडकर उगवले असतील तेच या देशांमध्ये क्रांती करू शकतात. जे लोक लोकशाहीर अण्णाभाऊ साठे यांच्यासाठी आपले सर्वस्व दान करण्याची दातृत्वाची भावना ठेवत असतील तेच या देशात क्रांती करतील.

छत्रपती राजर्षी शाहू महाराज हा जगातला एक थोर राजा होऊन गेला. ज्या राजाने इथल्या अलुतेदार, बलुतेदार, भटक्या, विमुक्त, अस्पृश्य, ओबीसी जातींसाठी शाळा, वसतिगृह काढले. वसाहती निर्माण केल्या. त्यांना नोकरीमध्ये आरक्षण दिले. त्या राजाचा गौरव संपूर्ण जगामध्ये होत आहे. त्या राजाच्या क्रांतीसाठी आपण सारे रण मैदान जिंकू. आता आपल्यावर फुले, शाहू, आंबेडकर, अण्णाभाऊ साठे, बिरसा मुंडा यांच्या विचारांनुसार क्रांतिकार्य करण्याची जबाबदारी येऊन पडलेली आहे.

डॉ. बाबासाहेब आंबेडकरांनी राष्ट्रवादाचा सिद्धांत मांडला. राष्ट्र म्हणजे काय? राष्ट्रवाद म्हणजे काय? राष्ट्रवादी भावना म्हणजे काय? याबाबत जागर केलेला आहे. मी प्रथम आणि अंतिमतः भारतीय आहे. माझे जीवन हे भारतासाठी समर्पित आहे, असे बाबासाहेब म्हणायचे. हेच भीमयान आम्ही आपल्या उराशी कवटाळले आहे. राष्ट्राची एकता, एकात्मता आणि अखंडता यासाठी आम्ही जीवाचे रान करू. यासाठी वामनदादा कर्डक म्हणतात की, हा भीमाचा, फुलेंचा, शाहूंचा, अण्णाभाऊ साठेंचा, बिरसांचा लोकलढा आम्ही गाण्याच्या माध्यमातून लोकांच्या कानापर्यंत पोहोचवू. अशातऱ्हेने पर्वत असो,

असो गाव, असो खेडे, असो शहर, असो वस्त्या, या सर्व ठिकाणी जाऊन ही फुले, शाहू, आंबेडकर, बिरसा आणि अण्णाभाऊ साठेंची क्रांती आम्ही लोकांच्या कानामध्ये चेतवू आणि अशातऱ्हेने समाजाला जागृत करू. याच महामानवांच्या विचारातून झालेली वैचारिक क्रांती पाहण्यास वामनदादा उत्सुक आहेत.

३५. असा भीम नेता

निजप्राण भीमाने केले देशा तुझ्यास्तव दान
पान उघडता इतिहासाचे कळेल हे बलिदान
असा भीम नेता होता महान

अस्पृश्यतेचा जुलमी तुरुंग
फोडला तयाने लावूनी सुरुंग
कोसळून किल्ला पडला लढला असा बलवान

मोकळे करूनी शिक्षणाचे द्वार
पाजली दीनाला अमृताची धार
निष्प्राण मनाला येथे आले नवे अवसान

मानव असूनी मानवा समान
नव्हता कुणाला माणसाचा मान
या कोटीमधले कोटी केले इथे विद्वान

होती करी ज्या खुळखुळ्याची काठी
जेवतो आता तो सोनियाच्या ताटी
झालाय डीएसपी आता भाता तयाचा जाण

झिजता झिजता गरिबाकरिता
वाहिली भीमाची ज्ञानाची सरिता
या भारतभूची घटना केली तिने निर्माण

मानो न मानो कुणी कर्मचारी
वामनपरी मी होईल पुजारी
बलिदान भीमाचे झाले माझ्या सुखाची खाण

डॉ. बाबासाहेब आंबेडकरांनी जन्मापासून तर महापरिनिर्वाणापर्यंत अनंत यातना, कष्ट, दुःख व प्रताडना सहन केली. असा एकही दिवस नसेल की बाबासाहेबांच्या वाट्याला दुःखे आलेली नसतील. आयुष्यभर संकटांशी मुकाबला करून त्यांनी या देशाला आपले रक्ताचे बलिदान देऊन, या देशाला घडविले आहे. वामनदादा आपल्या गीतात म्हणतात, 'हे भारत देशा! तुझ्यासाठी आपल्या प्राणांचे बलिदान बाबासाहेबांनी दिलेले आहे. हे तू आपले डोळे उघडे करून ठेवशील आणि इतिहासाचे एक एक पान उघडून वाचशील तेव्हाच तुला कळेल. जातिव्यवस्थेमुळे निर्माण झालेली विषमता, अस्पृश्यता यामध्ये या देशातील बहुसंख्य अस्पृश्य समाज विषमतेच्या गर्तेत ढकलला गेला होता. त्याच्या गुलामीला आणि त्याच्या संयमाला पारावरच नव्हती. विनावेतन काम करणे. सांगावा घेऊन जाणे. त्या मोबदल्यात भाकरीचा शिळा तुकडा खाणे. अशा या अस्पृश्य समाजाला जुन्या जातिबंद तुरुंगात ठेवण्यात येत होते. डॉ. बाबासाहेब आंबेडकरांनी ह्या तुरुंगाला धम्मक्रांती करून उडवून दिले.

'जातीव्यवस्थेचे निर्मूलन' या ग्रंथात डॉ. बाबासाहेब आंबेडकर म्हणतात, या विषम समाजरचनेला बारूद लावून उडवून दिले पाहिजे. तेच कार्य त्यांनी प्रत्येक कृतीच्या माध्यमातून करून दाखविले. विषमतेच्या विरोधात हा महायोद्धा असा लढला की, अस्पृश्यतेचा तुरुंग कोसळून पडला. डॉ. बाबासाहेब आंबेडकरांनी आपले गुरू महात्मा जोतिबा फुले

यांच्याच प्रमाणे शिक्षणाची दारे उघडली. मराठवाड्यासारख्या प्रांतात शिक्षण मिळणे सुलभ नव्हते. त्याकाळी तिथे मिलिंद महाविद्यालयाची स्थापना करून संपूर्ण मराठवाडाभर शिक्षणाची महती लोकांना सांगितली. त्यानंतर अनेकांनी शिक्षणसंस्था उघडून शिक्षणाची दारे मोकळी केली. ज्या शैक्षणिक संस्थेत अस्पृश्य विद्यार्थ्यांना प्रवेश मिळत नव्हता, त्या विद्यार्थ्यांना शिक्षणाची दारे मोकळे करून दिले. शिक्षणरुपी अमृताची धार त्यांना पाजली. अशातन्हेने ज्यांचे मन खचलेले होते. जे संपूर्ण निराशावादी झाले होते. अशा लोकांच्या मनात नवे अवसान प्राप्त झाले. नवा जोश प्राप्त झाला. त्यांना धीर मिळाला.

धर्मव्यवस्थेत माणसाला स्थान नव्हते. तर जातीलाच महत्त्व होते. मानव असूनही मानवाला मानवासमान लेखत नव्हते. इथे अस्पृश्य समाजाला तर कुठल्याही प्रकारचा मान मिळणे शक्यच नव्हते. अशा ह्या सर्वात खालच्या स्तरातील व्यक्तीला, अस्पृश्याला ज्ञान विज्ञानाचे डोज पाजले. असे कोटी-कोटी लोक विद्वान केले. काहींना परदेशात शिक्षणासाठी पाठविले. असे कार्य माझ्या भीमाने केले. अस्पृश्य लोकांना त्याकाळी खुळखुळ्याची काठी मिळायची. त्या काठीला घुंगरू बांधले असायचे. म्हणजे अस्पृश्य व्यक्ती काठी चालवत आला तर त्या घुंगराचा आवाज येऊन सवर्ण लोक समजून जायचे की अस्पृश्य येत आहे. त्याच्यापासून आपल्याला कोणताही धोका निर्माण होणार नाही. त्याचा हात लागणार नाही. विटाळ होणार नाही याची ती तजवीज होती. ज्याचा स्पर्शही सहन होत नव्हता. असे लोक आता बाबासाहेबांच्या ह्या क्रांतिकार्याने त्यांच्याकडे सगळे वैभव प्राप्त झालेले आहे. अशा ह्या गौरवशाली वातावरणात तो आज राहत आहे. कुणी डीएसपी झाले. कुणी प्रशासकीय अधिकारी झाले. कुणी मंत्री झाले. कुणी उद्योगपती झाले. अशी ही किमया झाली ही सगळी बाबासाहेबांची देण आहे.

बाबासाहेब आंबेडकरांनी संपूर्ण दुःखाचा डोंगर झेलूनही कधीही त्याचे भांडवल केले नाही. गरिबी सोसूनही कधी भांडवल केले नाही. या

देशातल्या अस्पृश्य, गरीब, पददलित, पतीत लोकांच्या विकासासाठी जर मी कार्य करू शकलो नाही तर मी स्वतःला गोळी मारीन, असाही बाबासाहेब इशारा देतात. ह्या गरिबाकरिता, दीनांकरिता बाबासाहेबांनी आपली ज्ञानाची लेखणी चालविली. संविधानात त्याच्या उत्थानाची तरतूद करून ठेवली. या देशाची सर्वोत्कृष्ट अशी घटना भारताचे संविधान राष्ट्राला अर्पण केले. बाबासाहेबांचे हे योगदान आज आमच्यातीलच काही बेईमान टाळण्याचा प्रयत्न करत आहेत. दोन वर्ग शिकलेले उच्चभ्रू बाबासाहेबांची तुलना करायला लागलेली आहेत. असे हे नराधम आज त्यांच्या अभिव्यक्ती स्वातंत्र्यांमुळेच बोलू लागलेले आहे. परंतु समाज मात्र बाबासाहेबांच्या व्यक्तित्वाची, त्यांच्या कार्यकर्तृत्वाची सदोदित जाणीव ठेवून कार्यरत राहील. बाबासाहेबांचे हे सर्वस्व बलिदान समाजाच्या सुखासाठी होते, याची समाजाला जाणीव आहे, असे वामनदादा कबूल करतात.

३६. तो भारताचा वाली

तो भारताचा वाली, एकोणवीसशे छप्पन साली
दीक्षा घेता मंगल काली, बोल बोलताना पाली
पिंपळाच्या झाडाखाली आम्ही पाहिला...

त्या सुंदर सोहळ्यासाठी, त्या नाग नदीच्या काठी
सद्धम्माच्या दरबारी, लोकांनी केली दाटी
जुनं जिणं बदलण्यासाठी, सात लाखांचा मेळा
जमला असता भोवताली

ह्या भारत खंडामाजी, जन सृष्टी कष्टी माझी
ममतेची मानवतेची, द्या भाकर भाजी ताजी
होईना कुणीही राजी, ही चीड तयाला आली
जीवनाच्या अंतिम काली

सुख सावलीला जाता, माझा महान नेता
बदला जगाला आता, येथेच नमावा माथा
अवघ्या विश्वाची माता, माय ममता जिथे मिळाली
अशा अभंग वैभवशाली

शुभ श्रावस्तीचा वारा, नवभारत व्यापी सारा
अन राजगृहाची कारा, उघडी मुक्तीच्या द्वारा

वामन तो भू चा तारा, काल पहावयाला आली
पाहून म्हणे वैशाली
पिंपळाच्या झाडाखाली आम्ही पाहिला...

सारा भारत एका झेंड्याखाली आला पाहिजे. संपूर्ण भारतात मानवतावाद, बंधूभाव निर्माण झाला पाहिजे. सारा भारत बौद्धमय झाला पाहिजे. यासाठीच डॉ. बाबासाहेब आंबेडकर यांनी अशोक विजयादशमीला १४ ऑक्टोबर १९५६ रोजी बुद्ध धम्माची दीक्षा घेतली. या दीक्षा समारंभात बाबासाहेब आंबेडकरांनी पाली भाषेतील बुद्ध वंदना, पंचशील, त्रिशरण, अष्टशीला, दहा पारमिता ग्रहण करून, पाली भाषेतील भ. बुद्धांनी दिलेला संदेश त्यांनी आपल्या अनुयायांना दिला. बुद्धगया येथील पिंपळाच्या झाडाखाली म्हणजेच बोधिवृक्षाखाली तथागतांना सम्यक संबोधी प्राप्त झाली. तिची महती आम्हाला दीक्षा देताना बाबासाहेबांनी सांगितली. या बौद्ध धम्म दीक्षा सोहळ्यासाठी नाग नदीच्या काठी लाखो लोकांनी गर्दी केली. लाखो जनसमुदायांनी बुद्धाचा हा सद्धम्म स्वीकारला. हिंदू धर्म व्यवस्थेने निर्माण केलेल्या पोथीनिष्ठ समाजाला झुगारून, जुने जिणे बदलण्यासाठी, लाखो लोकांचा, भीम अनुयायांचा हा दीक्षा समारंभ संपूर्ण जगाला आश्चर्यचकित करणारा होता. एवढा मोठा दीक्षा समारंभ जगामध्ये कुठेही झाला नव्हता. ही धम्मक्रांती फ्रांस, रशिया व चीनच्या रक्तरंजित राज्यक्रांतीपेक्षा महान होती. डॉ. बाबासाहेब आंबेडकरांनी काळाराम मंदिर सत्याग्रह असो की महाडचा चवदार तळ्याचा संगर असो, यामध्ये आम्ही माणूस आहोत, हे दाखवण्याचा प्रयत्न केला. परंतु इथली वर्णव्यवस्था हे मान्य करायला तयार नव्हती. म्हणून या देशांमध्ये माझी ही लाखो-लाखो जनता अत्यंत दुःखी आणि कष्टी झालेली आहे. यांना ह्या दुःखातून कष्टातून जर बाहेर काढायचे असेल तर बुद्ध धम्माशिवाय पर्याय नाही, असे लक्षात आल्यावर धम्मक्रांती झाली.

या दुःखी, कष्टी जनतेला मानवतेची, ममतेची वागणूक द्या. त्याच्या पोटाला भाजी-भाकर द्या. त्याला मेहनतीचे फळ द्या. मजुरी द्या; म्हणत असताना इथल्या लाखो अस्पृश्य बांधवांना कुणीही समानतेची वागणूक देण्यास तयार होत नव्हते. त्यांचे अस्तित्वच त्यांना मान्य नव्हते. ही चीड बाबासाहेबांना आली आणि आपल्या जीवनाच्या अंतिम समयी त्यांनी तथागताच्या चरणी ह्या जनतेला अर्पण केले. अशा तऱ्हेने ह्या खंगलेल्या समाजाला दोन वेळचे अन्न मिळावे, त्याला सुखाची सावली मिळावी, म्हणून हा माझा महान नेता आमच्यासाठी कष्टरत होता आणि ह्याच बुद्ध धम्माच्या माध्यमातून आता जगाला बदल असा संदेश त्यांनी दिला.

अशा ह्या कार्यकर्तृत्वाला त्याच्यासमोर माझा माथा नमवित आहे. संपूर्ण जगामध्ये बुद्ध धम्माचा प्रसार होत आहे. या धम्मामध्ये मानवतावाद आहे. माणसाला मूल्य आहे. माणसाच्या मताला किंमत आहे. ह्याच धम्मामध्ये आम्हाला माया मिळाली. ममता मिळाली. अशा ह्या अभंग अशा वैभवशाली धम्माचे आता आम्ही पाईक झालेलो असल्यामुळे आम्हाला सुखा समाधानाने जीवन व्यतीत करता येते. एकदा श्रावस्ती येथे अनाथ पिंडकाच्या जेतवन आश्रमात भगवान बुद्ध राहत होते. त्यांच्यासोबत बंधू आनंदही होता. आनंद नदीवर जात असताना एक मुलगी त्यांच्या मागे लागून मला तुझ्याशी लग्न करायचे आहे, म्हणून तगादा लावला. तथागतांनी त्या मुलीला समजावून सांगितले. न्याय आणि सदाचरण यांच्या मार्गावरून तू ढळू नकोस. तिची स्थिती वादळात सापडलेल्या व नंतर किनाऱ्यास सुरक्षित पोहोचलेल्या नावेवरील नाभीकेसारखी झाली होती. तिला बुद्धाने आपल्या समुपदेशाने झोपेतून जागे केले. असा हा श्रावस्तीचा शुभ असा वारा संपूर्ण भारताला आता व्यापत आहे.

राजगृह हे मगध राजा बिंबिसार याची राजधानी होती. त्या ठिकाणी राजा बिंबिसार यांनी धम्मदीक्षा घेतली. मोठ्या संख्येने दीक्षांतर झाल्याचे ऐकून शहरातील प्रत्येक जण भगवान बुद्धाविषयी चर्चा करू

लागले. अत्यंत सनातनी आणि दुराग्रही अशा जटिलांना दीक्षांतर करावयास लावणे, ही साधी गोष्ट नव्हती. त्यांनी अग्निपूजा सोडून दिली. अग्निहोत्राचा त्याग केला. रूप, शब्द आणि रस यांनी युक्त असे पदार्थ आणि वासनाधीन स्त्रिया या वस्तूंचीच यज्ञयागापासून प्राप्ती होऊ शकते. या वस्तू अशुद्ध आहेत हे मला समजल्यामुळे मला यज्ञयाग आणि अग्निहोत्र यात गोडी वाटली नाही असे कास्यपाने उत्तर दिले. अशा तऱ्हेने ही राजगृहाची कारा मुक्तीच्या दाराला उघडण्यास कारणीभूत घटना ठरल्या.

पूर्वी हा राजगृह वाईट विचारांचा तुरुंग होता. ते आता मानवमुक्तीचे केंद्र बनले होते. वैशाली हे महावीरांचे जन्मस्थान होते. अवर्षणामुळे वैशालीत दुष्काळ पडल्यामुळे अनेक लोक मृत्युमुखी पडले. या वैशालीला भगवान बुद्ध ५०० भिक्खुंसह निघाले. वज्जी यांच्या प्रदेशात त्यांनी प्रवेश केला. तोच विजेच्या गडगडाटासह वादळ होऊन मुसळधार वर्षाव झाला. दुष्काळाची समाप्ती झाली. त्यानंतर एखाद्या सिंहाप्रमाणे दृष्टिक्षेप टाकून तथागत वैशालीहून निघून गेले. वैशाली जणांचा निरोप घेतला. त्यावेळी तेथील जणांना त्यांनी आपले भिक्षापात्र स्मृती म्हणून प्रदान केले. अशा तऱ्हेने संपूर्ण जगाला स्वयंदीप, प्रकाशित करणारा तारा वैशालीने पाहिला होता. तो आम्ही पिंपळाच्या झाडाखाली म्हणजेच बोधिवृक्षाखाली पाहिला आहे. ही धम्मक्रांती जगातली सर्वश्रेष्ठ क्रांती होय, असेही वामनदादा या गीतामध्ये म्हणत आहेत.

३७. बुद्धविहार

धर्मप्रचारासाठी तळमळतो म्हणता फार
उभारले का कोठे एखादे बुद्धविहार...

बोलता सभेच्या ठायी असे तळमळीने
ऐकता आरोळी टाळी द्यावी मंडळीने
ही पोकळ तळमळ सारी पोकळ टाळीचा बार...

जयंतीचा महिना येता उघडून डोळा
साजरा करावा म्हणता जयंती सोहळा
आणा वर्गणी म्हणता पैशाची लागे धार...

हंगाम येता होता वीर बोल बाते
गर्जता असे की जनता हुरळून जाते
संपताच हा महिना बर्फाहून होता गार...

वामन प्रमाणे कोणी चालला वहात
वाहता तयाने तुम्ही बसावे पहात
दिला कधी का सांगा कोणाला तरी आधार...

सम्राट अशोकाने बुद्ध धम्माच्या प्रचारासाठी ८४ हजार स्तूप, विहारे बांधली होती. त्याशिवाय आपला मुलगा महेंद्र व मुलगी संघमित्रा यांना धम्मप्रचाराकरिता श्रीलंकेमध्ये पाठविले होते. असा महानत्यागी

राजा चक्रवर्ती सम्राट अशोक हा धम्मप्रसारासाठी जीवाचे रान करीत होता.

१४ ऑक्टोबर १९५६ रोजी नागाच्या नागनगरीत डॉ. बाबासाहेब आंबेडकरांनी बुद्ध धम्माची दीक्षा घेऊन लाखो अनुयायांना बुद्ध धम्माची दीक्षा दिली. त्यानंतर बुद्धविहाराचे महत्त्वही त्यांनी सांगितले. उपासकांनी दर रविवारी बुध्दविहारात गेले पाहिजे. त्या ठिकाणी भिक्खूंची राहण्याची आणि भोजनाची व्यवस्थासुद्धा झाली पाहिजे, अशी अपेक्षा डॉ. बाबासाहेब आंबेडकरांनी आमच्याकडून केली होती. आम्ही स्वतःला धर्मप्रचारासाठी तळमळणारा कार्यकर्ता म्हणून जरी संबोधित असलो तरी एखादे बुद्धविहार आम्ही उभारले आहे काय? याचा विचार आपण केला पाहिजे.

बुद्ध जयंती, आंबेडकर जयंती व विविध महापुरुषांच्या जयंत्या असताना आम्ही सभेच्या ठिकाणी टाळ्या मिळाव्यात म्हणून पोटतिडकीतून बोलत असतो. पोटातले ओठात, येते परंतु कृतीत येत नाही. ही पोकळ तळमळ फक्त टाळ्या घेण्यासाठीच असते, असा आरोप वामनदादा कर्डक यांनी आजच्या बौद्ध धम्मीयांवर केला आहे. डॉ. बाबासाहेब आंबेडकरांची १४ एप्रिलला जयंती येताच आमच्या आनंदाला जणू काही उधाण येते. ही जयंती अशी साजरी करू. तशी साजरी करू. असे बॅनर लावू. त्याच्यावर हे फोटो लावू. म्हणून वर्गणी गोळा करता. बाबासाहेबांची जयंती म्हटल्यावर गरिबातला गरीबही बाबासाहेबांच्या जयंतीसाठी आपली पदरमोड करून पैसा देतो. परंतु त्या पैशाचा विनियोग तुम्ही योग्य रीतीने करता काय? डॉ. बाबासाहेब आंबेडकरांची जयंती संपते न संपते तोच तुम्ही पुन्हा आपल्या कामात असे काही व्यस्त होता की, तुम्हाला बाबासाहेबांनी सांगितलेल्या उपदेशाची जाणीवच राहत नाही. बर्फापेक्षा थंडगार बनून जाता.

संघटनेमध्ये कधी कधी उणेदुणे काढली जातात. परंतु कधी तुम्ही एकत्र बसून, कधी त्यावर तोडगा काढला काय? जसे वज्जी लोक

एकत्र बसून एकमताने निर्णय घ्यायचे. खऱ्याअर्थाने तिथे लोकशाही राबविली जायची. अशा प्रकारची लोकशाही तुम्ही कधी आपल्या संघटनेत किंवा आपल्या बैठकीत दाखवली का? गोरगरिबाला मदतीची गरज असताना मदत केली काय? कधी तुम्ही त्याला आधार दिला काय? असे विविध प्रश्न या गीताच्या माध्यमातून वामनदादा कर्डक विचारताना दिसतात.

३८. कोण राखील आता भीमाचा मळा

कोण राखील आता हा भीमाचा मळा
वाळूनी चालला हा उभा जोंधळा
शेत सोडून जाता धनी मावळा
सोनियाच्या स्थळा पातली अवकळा

माल करपून जाता असा कोवळा
मोट मोडून बसला गडी बावळा
पाणी देईल कसा रे पिकाला आता
राखणारा जथा हा लुळा पांगळा

जीव जाळीत सुटल्या उन्हाच्या झळा
बोलती रोपट्यांनो जळा रे जळा
रान ढोरांचा येता जथा वेगळा
कोवळे कोंब हे कापती चळचळा

पीक पदरात पडण्याच्या आधीच का
चालला आज वामन तुझा हा विळा
पीक नाही अरे हा भीमाचा गळा
कापशी काय रे का रे झाला खुळा

डॉ. बाबासाहेब आंबेडकर यांनी समाजात विचार पेरण्यासाठी, त्यांच्यात जागृती निर्माण करण्यासाठी विविध वृत्तपत्रे, संघटना काढली. या

माध्यमातून बाबासाहेब आपले विचार समाजात पेरत असत. हे विचार ऐकून लोक नव्यादमाने झटत असत; परंतु डॉ. बाबासाहेब आंबेडकरांचे महापरिनिर्वाण झाले. त्यानंतर या विविध संघटना, वृत्तपत्रे, पक्ष यांचे काय झाले? हा जो भीमाचा मळा होता तो उद्ध्वस्त कसा झाला? याचा विचार करणार की नाही? मळ्यातील पीक हे वाळून चालले आहे. त्याकडे पाहण्याची तसदी समाज धुरीणांनी घेतलेली दिसत नाही.

सोनार जसे बावनकशी सोन्याला तावून-सुलाखून पाहतो. तसे बाबासाहेब आंबेडकरांनी तावून-सुलाखून आपल्याला मानवतेचा मुक्तीधम्म असलेला बौद्ध धम्म दिला. परंतु बाबासाहेबांच्या हया संघटना, वृत्तपत्र, धम्म, पक्ष हया सगळ्याला कशी अवकळा प्राप्त झालेली आहे आणि याला सर्वस्वी आम्हीच जबाबदार आहोत. म्हणून वामनदादा म्हणतात,

"कोण राखील आता हा भीमाचा मळा
वाळूनी चालला हा उभा जोंधळा"

या संघटना, ही संस्था, हा पक्ष, हा समता सैनिक दल, ते मूकनायक, बहिष्कृत भारत, समता, जनता, प्रबुद्ध भारत असे निघालेले वृत्तपत्र, संघटना किती काळ जिवंत राहिल्या? अल्पावधीत यांना मरण का आले? ते आम्ही का जगवू शकलो नाही? हया संघटना, पक्ष, वृत्तपत्रांना आम्ही का जिवंत ठेवू शकलो नाही? बाबासाहेबांनी जे आम्हाला सांगितले होते की संघटित व्हा! एकीने रहा! परंतु आम्ही हा त्यांचा मोलाचा संदेश दुर्लक्षित केला. आम्ही आपल्या मनाला कधी विचारणार? बाबासाहेबांचे हे विचार पुढे नेण्यास आम्ही असमर्थ असल्यामुळे आज हया संघटना, संस्था, वृत्तपत्रे मरणासन्न अवस्थेत आपल्याला दिसत आहे. डॉ. बाबासाहेब आंबेडकरांचे विचार नष्ट करण्यासाठी प्रतिक्रांतीवादी एकीकडे कठोर मेहनत घेताना दिसत आहेत. पण आमच्या संघटना मृतप्राय झाल्या असतांनासुद्धा आम्ही मेहनत घ्यायला तयार नाही. बाबासाहेबांनी निर्माण केलेले पीक

प्रतिक्रांतिवादी उद्ध्वस्त करू पाहत आहेत. परंतु त्या रानढोरांना हाकलून लावण्याची क्षमता आम्ही आमच्यात का निर्माण करू शकलो नाही? बाबासाहेबांचे हे विचाररूपी पीक चळचळा ते कापून घेत आहे. परंतु आम्ही आपल्या उघड्या डोळ्यांनी पाहत आहोत. समाजामध्ये जिकडे-तिकडे अन्याय, अत्याचाराची परिसीमा वाढत चाललेली आहे. एकदा बाबासाहेब म्हणाले होते की, माझ्या पक्षाचे झाड हे खडकावर लावलेले आहे. ज्यांना लवकर फळ खाण्याची इच्छा असेल त्यांनी हा पक्ष सोडून दुसरीकडे जावे. बाबासाहेब गेल्यानंतर आमच्या लोकांनी संधी साधून लवकर फळ खाण्याची इच्छा झाल्यामुळे बाबासाहेबांचा पक्ष सोडून, बाबासाहेबांचा धम्म सोडून ते इतरत्र वावरत आहेत. बाबासाहेबांच्या या खडकावर लावलेल्या रोपट्याला जिवंत ठेवण्यास आम्हीही हतबल झालेले दिसत आहोत. आम्हीच ते झाड तोडून टाकत आहोत. म्हणून वामनदादा म्हणतात

"पीक पदरात पडण्याच्या आधीच का
चालला आज वामन तुझा हा विळा"

वामनदादांनी म्हटले आहे की, हे उभे पीक प्रतिक्रांतीवादी आपल्या कार्याने तर नष्ट करतच आहेत. परंतु आम्हीही बाबासाहेबांचे विचार अजाणतेपणे पूर्णपणे आत्मसात करू न शकल्यामुळे हे पीक परिपक्व होण्याआधीच आज आम्ही त्याच्यावर विळा चालवत आहोत. हे पीक म्हणजे भीमाचा गळा आहे. हा भीमाचा गळा कापण्यासही आमचे हात थरथरत नाही. यापेक्षा आम्ही किती नतद्रष्ट आणि किती खालच्या पातळीवर जाणार, असा सवाल वामनदादा समाजावर उपस्थित करत आहेत? समाजावर विविध प्रश्नचिन्ह उभारून समाजाला डोळस बनवावे, असा वामदादांचा उद्देश आहे. अजूनही जर समाजाचे डोळे उघडले नाही तर त्याचे भवितव्य अंधकारमय आहे हे निश्चित.

३९. भीम गेल्या पाठी

भीम गेल्या पाठी तू काय काय केलं
काय काय लावलं पणाला
काय काय लावलं पणाला तू
विचार आपुल्या मनाला

करून कायदा दीनांचा फायदा
केला माझ्या भीमानं
सांग तसा कायदा तसाच फायदा
दिलास का रं दीनाला

करून रक्षण दीनांच शिक्षण
केलं माझ्या भीमानं
सांग तसं रक्षण तसंच शिक्षण
दिलस का रं कुणाला

वैऱ्यांनी घेरला घेरून मारला
मराठवाडा जळाला
तो जळताना किती दिलासा
दिलास दुबळ्या जनाला

लोकांना वायदा आपलाच फायदा
असाच नर तू निघाला
तुझा तू चरला इथचं हरला
असं का वामन म्हणाला

डॉ. बाबासाहेब आंबेडकरांनी आम्हाला एकोप्याने वागा. एकजुटीने राहा, असा सल्ला दिला होता. बुद्धाचा धम्म दिला. २२ प्रतिज्ञा दिल्या. सामाजिक, शैक्षणिक, राजकीय, धार्मिक, आर्थिक, सांस्कृतिक क्षेत्रातील पाऊलवाटा दिल्या. गावकुसाबाहेर राहिलेला हा समाज आता या मार्गाने मार्गक्रमण करून आपला उद्धार स्वतःच करील, अशी त्यांना अपेक्षा होती. प्रतिक्रांतीवादी शक्ती डॉ. आंबेडकरांची ही क्रांती नष्ट करण्याचा प्रयत्न करीत आहेत. आम्ही तथाकथित पुरोगामी लोकसुद्धा बाबासाहेबांची ही शक्ती नेस्तनाबूत करण्यास हातभार लावत नाही काय? असा सवाल या गीताच्या माध्यमातून उपस्थित करण्यात आला आहे.

बाबासाहेबांच्या विचारांचा, तत्त्वज्ञानाचा व चळवळीचा व्यापक आधार तयार व्हावा. एक सामाजिक, आर्थिक, राजकीय व शैक्षणिक शक्ती म्हणून पुढे यावे, असेही आम्हास वाटत नाही. स्वातंत्र्यानंतर या देशात आंबेडकरवादी राजकीय, सामाजिक, शैक्षणिक, आर्थिक, सांस्कृतिक शक्तीची गरज आहे. तीच शक्ती अनुसूचित जाती, जमाती, मागासवर्गीय, सर्वहारा समाजाच्या मुक्ती लढ्याचे नेतृत्व करू शकते. आंबेडकरवाद हेच त्याच्या लढ्याचे नि मुक्तीचे खरे तत्त्वज्ञान होऊ शकते. परंतु हे मुक्तीचे तत्त्वज्ञान रुजविण्यासाठी आम्ही काय काय केले? आम्ही काय पणाला लावले? हे आपल्या मनाला विचारले पाहिजे, असा सवाल वामनदादा कर्डक यांनी या गीताच्या माध्यमातून केला आहे.

डॉ. बाबासाहेब आंबेडकरांनी रात्रंदिवस झटून शोषित, वंचित, सर्वहारा वर्गाचा फायदा व्हावा म्हणून घटनेत तरतूद करून ठेवली. त्या

तरतुदीनुसार आज हे सर्व लोक, सर्व समाज शिक्षित झाला. नोकऱ्यावर लागला. परंतु तो पांढरपेशा झालेला दिसत आहे. बाबासाहेबांच्या कायद्यानंतर असे समाज हिताचे कायदे तिथे बसलेल्यांनी केले आहेत काय? याचाही विचार या निमित्ताने करायला पाहिजे. उलट बाबासाहेबांच्या कायद्याला नष्ट करण्याचे व हळूहळू त्याची धार कमी करण्याचे षडयंत्र इथली व्यवस्था करीत आहे? आम्ही ते मुकाट्याने पाहत आहोत.

डॉ. बाबासाहेब आंबेडकरांनी औरंगाबाद, मुंबई येथे शिक्षणाची दारे सगळ्यांसाठी उपलब्ध करून दिली. शिक्षण हे वाघिणीचे दूध आहे, ते पिल्यास कोणीही गुरगुरल्याशिवाय राहणार नाही, शिक्षणाची अशी महती बाबासाहेबांनी सांगितली. शिक्षण हेच तुमचे रक्षण करण्यास सक्षम आहे, असे बाबासाहेबांनी म्हटले. तसे रक्षण करणारे शिक्षण देण्यासाठी आम्ही काही पाऊल उचलले आहे काय?

मराठवाडा विद्यापीठाला डॉ. बाबासाहेब आंबेडकरांचे नाव मिळावे म्हणून या देशातील भुकेकंगाल जनता रस्त्यावर उतरली. फक्त नाव मागणे हाच गुन्हा आहे काय? नामांतर विरोधकांनी आमच्या या गोरगरीब भीमसैनिकांना ठार केले. त्यांचे डोळे काढले. हात पाय तोडले; परंतु याची जाणीव आम्हाला आहे काय? त्यांच्या ह्या क्रांतिकार्यातून मराठवाडा विद्यापीठाला बाबासाहेबांचे नाव मिळाले. आज त्याचीसुद्धा आम्हाला आठवण येते काय? पोचीराम कांबळे शहीद झाले. गवई बंधूंचे डोळे काढले. त्याच्याबरोबर अनेक जण शहीद झाले; परंतु या शहिदांची आठवणसुद्धा आम्ही करतो काय? असे अनेक प्रश्न या गीताच्या माध्यमातून वामनदादा विचारत आहेत. बाबासाहेबांनी समाजासाठी असे कष्ट उचलले. त्यांनी केलेले परिश्रम ही सांगायचे. त्यांनी दिलेल्या वचनांचा उल्लेख करायचा. पण स्वतः मात्र ते विसरून जायचे आणि आपलाच फायदा पाहायचा. असेच नर आज समाजात तयार होत आहेत. असे हे नर समाजासाठी कुठलीही पायाभरणी करू शकत नाही. असे हे बिनबुडाचे अनुयायी

बाबासाहेबांच्या चळवळीचा रथ पुढे नेऊ शकत नाहीत. ते स्वतःचा स्वार्थ साधून फक्त आपले घर भरण्यातच मग्न राहू शकतात. असे कार्यकर्ते असेल तर समाजात त्याची कवडीची ही किंमत राहणार नाही, असेही वामनदादा नमूद करतात. बाबासाहेबांच्या विचारानुरूप कृतिप्रवण समाज निर्माण व्हावा अशी अपेक्षा या गीताच्या माध्यमातून करण्यात आलेली आहे.

४०. भीमा तुझ्या महूला

भीमा तुझ्या महूला, जाऊन काल आलो
तू जन्मल्या ठिकाणी, राहून काल आलो

तू रांगलास जेथे, तेथेच मान झुकली
ती धूळ मी कपाळी, लावून काल आलो

आई तुझी भीमाई, सातारलाच गेली
तेथेच दोन अश्रू, वाहून काल आलो

जाऊन दूर देशी, तू आणली शिदोरी
मी त्यातलीच काही, खाऊन काल आलो

दिल्लीतला खजिना, तू वाटणार होता
तेथे तुझेच पाणी, दावून काल आलो

दीक्षाभूमी सभोती, हर्षाने दाटलेली
नागांची नाग नगरी, पाहून काल आलो

ते जाळणार होते, मी टाळणार होतो
वामन सहित तेथे, जाऊन काल आलो

डॉ. बाबासाहेब आंबेडकर यांचा जन्म १४ एप्रिल १८९१ रोजी महूच्या लष्करी भागात झाला. बाबासाहेबांचे पिता रामजी सकपाळ हे त्यावेळी ब्रिटिश आर्मीमध्ये मेजर या पदावर कार्यरत होते. तत्पूर्वी त्यांनी शिक्षकाची पदवी प्राप्त करून मुख्याध्यापक पदावरही पोहोचले होते. त्याचा फायदा त्यांना जीवनात झाला.

रामजींचा चुलता बैरागी बनला होता. योगायोगाने त्यांचा जथ्था महू येथे आला. तो बराच वृद्ध झालेला होता. रामजीच्या घरातील एका बाईने त्यांना ओळखले; ही बातमी तिने सुभेदारास दिली. सुभेदार धावतच त्या बैराग्याकडे गेले. आपल्या घरी पायधूळ झाडावी अशी प्रार्थना केली. परंतु सग्या-सोयऱ्यांच्या मोहपाशात पडणे योग्य नव्हे, असे सांगून त्यांनी घरी येण्यास नकार दिला. परंतु त्यांनी आपल्या कर्तृत्वाने इतिहासावर चिरंतन ठसा उमटवून, आपल्या घराण्याचे नाव अजरामर करेल, असा पुत्र तुझ्या पोटी जन्मास येईल, असा सुभेदारास आशीर्वाद दिला. त्यानंतरच काही दिवसांनी महू येथे डॉ. बाबासाहेब आंबेडकरांचा जन्म झाला. ज्या ठिकाणी बाबासाहेब जन्मले, त्या ठिकाणी जाऊन येणे, राहणे आणि त्या भूमीची पायधूळ घेणे, म्हणजेच आपल्या उद्धारकर्त्या बापाच्या स्मृती जागविणे होय. त्यांच्याप्रति कृतज्ञता व्यक्त करणे होय. याबद्दल वामनदादा लिहितात, हे भीमा तू ज्या ठिकाणी जन्मला, ज्या ठिकाणी रांगला, ज्या ठिकाणी खेळला, तेथे मी नतमस्तक झालो. तिथली पायधूळ मी आपल्या कपाळी लावून काल आलो आहे. या पायधुळीमुळे मी धन्य झालो आहे.

रामजी सकपाळ ज्या पथकात सैनिक होते त्याच पथकात सुभेदार मेजर धर्मा मुरबाडकर यांची बदली झाली. हे मुरबाडकर महार कुटुंब ठाणे जिल्ह्यातील मुरबाडचे. त्यांचे कूल नाव पंडित असे होते. त्या कुटुंबातील सातही बंधू सैन्यात सुभेदार मेजर होते. त्यांची राहणी थाटामाटाची असे. ते नाथपंथी असून वातावरण धार्मिक होते. महार वस्तीत त्यांचे मोठे वजन होते. रामजींचा त्या मुरबाडकर कुटुंबासोबत

परिचय वाढला. रामजींचा तडफदार बाणा, महत्त्वाकांक्षी स्वभाव आणि बांधेसूद शरीर त्यांच्या डोळ्यात भरले असावे म्हणून धर्माजी मुरबाडकर यांची कन्या भीमाबाई हिच्याशी रामजी सकपाळ यांचा विवाह झाला. भीमाबाई बोलकी, मानी, हट्टी आणि धर्मशील होती. ती वर्णाने गोरी, डोळे टपोरे नि पाणीदार होते. त्यावेळी रामजींची साताऱ्यातील सरकारी सार्वजनिक कामाच्या विभागामध्ये कोठावळा म्हणून नेमणूक झाली. त्यांनी साताऱ्यातील महारवाड्याच्या जवळपास आपले बिऱ्हाड स्थापन केले.

आनंदराव आणि भीम यांचे शिक्षण साताऱ्यातील लष्करी छावणीतील शाळेत चालू झाले. रामजी सुभेदारांनी कबीर पंथाची दीक्षा घेतली. निर्भीड शाकाहारी झाले. सातारला बिऱ्हाड स्थापन केल्यानंतर थोड्याच दिवसांनी भीमाबाईचे देहावसान झाले. वयाच्या सहाव्या वर्षी भीम जगातील निर्वाज्य प्रेमास अंतरला. रामजींच्या पुढे दुःखाचा आणि अडचणीचा डोंगर उभा राहिला. त्यांच्या जीवनातील त्यांची तीस वर्षांची सोबतीन साथ सोडून निघून गेली होती. या माऊलीची समाधी साताऱ्यात आहे. सातारा येथील भिमाईच्या समाधीचे दर्शन घेण्यासाठी वामनदादा त्या ठिकाणी जातात आणि आपले अश्रू ढाळतात.

हिंदी मनुष्याला परदेशात अध्ययनासाठी जावयास मिळणे ही मोठी दुर्लभ संधी होती. अस्पृश्य तरुणाला तर ती पर्वणीच वाटावी. एका अस्पृश्याने अब्राहम लिंकन आणि बुकर टी वॉशिंग्टनच्या मायभूमीला जावे. तेथील उदात्त स्फूर्तीदायक नि अद्ययावत जीवन अनुभवून आपले सामर्थ्य वाढवावे ही एक अभूतपूर्व घटना होती. १९१३ सालच्या जुलै महिन्यातील तिसऱ्या आठवड्यात बाबासाहेब न्यूयॉर्कला पोहोचले. विश्वविद्यालयाच्या वसतिगृहात राहिले. त्या ठिकाणी समतेचे वातावरण होते. तेथेच त्यांच्या मनाचे क्षितिज वाढविले. तेव्हापासूनच बाबासाहेबांनी पददलितांच्या हीनदीनतेवर शिक्षणाचा प्रसार करणे हा उपाय सुचविला.

अमेरिका आणि इंग्लंडमध्ये एम. ए., पीएचडी., डी. एससी, एल. एल. डी., एम. एस. सी., बार ॲट लॉ आदी पदव्या घेऊन बाबासाहेब आंबेडकर जेव्हा भारतात परत आले. ती ज्ञानाची शिदोरी त्यांनी इथल्या अस्पृश्य, वंचित, बहुजन वर्गाच्या उद्धारासाठी कामी आणली. ही ज्ञानाची शिदोरी खाऊन इथले अस्पृश्य मोठमोठ्या पदावर गेले. ती शिदोरी मीसुद्धा खाल्ली, असे वामनदादा म्हणतात. दिल्लीच्या केंद्रीय कायदेमंडळात कायदामंत्री, मजूर मंत्री म्हणून बाबासाहेब आंबेडकरांनी जे कार्य केलेले आहे, ते संपूर्ण समाजाच्या उत्थानासाठी व उद्धारासाठी होते. सत्तेत वाटा मिळावा यासाठी ब्रिटिशांशी ते झगडून अस्पृश्य व इतर समाजासाठी जो वाटा मिळविला होता, तो खजिना इथल्या संपूर्ण समाजासाठी वाटणार होता. त्यासाठी तू कसा झटलास, त्याच संघर्षाची पार्श्वभूमी लक्षात घेऊन आम्ही वाटचाल करणार आहोत.

डॉ. बाबासाहेब आंबेडकरांनी नागपूरला दीक्षा दिली. त्याचे कारण सांगताना बाबासाहेब म्हणतात की, नागपूर ही नाग राजांशी संबंधित नागांची भूमी आहे. म्हणून ह्या नागांच्या भूमीत दीक्षा सोहळा आयोजित केलेला आहे. ही नागनगरी पाहून मी काल आलेला आहे. ही नागनगरी बौद्ध धम्म दीक्षा समारंभामुळे हर्षभरीत झालेली आहे. दिल्ली ही भारताची राजकीय राजधानी आहे. राजकीय सत्ता सर्व समस्यांची किल्ली आहे. ही राजकीय सत्ता कशी हस्तगत करायची याच्या राजकीय जाणिवा अर्थात राजकीय खजिना डॉ. बाबासाहेब आंबेडकर शोषित, पीडित, अस्पृश्य जनतेत विकसित करणार होते. वाटणार होते. भारताच्या राजकीय राजधानीत दिल्लीतही आपण डॉ. बाबासाहेब आंबेडकर यांच्या विचारांची पेरणी करून आलो. डॉ. बाबासाहेब आंबेडकर यांच्या कार्याचे गुणगान आपण दिल्लीत गाऊन आल्याचे वामनदादा वरील ओळीतून सांगतात.

"ते जाळणार होते, मी टाळणार होतो
वामन सहित तेथे, जाऊन काल आलो"

वामनदादांच्या या ओळीतील अर्थ, आशय आणि संदर्भ अस्पष्ट आहे. तार्किकदृष्ट्या अर्थ लावतो म्हटले तर शत्रू आपल्या समाजाला उद्ध्वस्त करू पाहत होते. हिंसेचा वापर करू पाहत होते; परंतु आपला समाज शत्रूचे हल्ले टाळत होता, परतवून लावत होता. हिंसा टाळून अहिंसेच्या, भगवान बुद्धाच्या मार्गाने जात होता. स्वतःचे अस्तित्व टिकवून ठेवण्याचा समाज आटोकाट प्रयत्न करीत होता. आंबेडकवादी समाजाला उद्ध्वस्त करण्यासाठी शत्रूंचे जिथे हल्ले झालेत, जिथे हिंसा झाली, तिथे आपण जाऊन आलो, असा संदर्भ, मतितार्थ वामनदादांच्या वरील गझलेतील शेवटच्या ओळीतून काढता येतो.

४१. चांदण्याची छाया

चांदण्याची छाया कापराची काया
माऊलीची माया होता भीमराया

चोचितला चारा आणि मायेचा उबारा
देऊनीया माय करी पिलांचा गुजारा
त्याच आई परी चिलापिला वरी
पंख पांघराया होता भीमराया

नकाराची धूळ आज आकारास आली
वाळलेली वेल पुन्हा पावसात झाली
त्याच वेळी वरी अमृताच्या सरी
होऊनी झराया होता भीमराया

बोलू लागलीत मुलं विकासाची भाषा
पालवली आशा माझी लोपली निराशा
विकासाच्या आधी सात कोटी मधी
विकासाचा पाया होता भीमराया

झाला नवा नेता आता मलाईचा धनी
वामनच्या मनी येती जुन्या आठवणी
रामकुंडावरी झुंज दिली खरी
दगड गोटे खाया होता भीमराया

ती भीमाची काया ती भीमाची छाया
ती भीमाची माया मिळावी आम्हाला
भीमाची भीमाई भीमाची रमाई
असावी आम्हाला हृदयी धराया

धनघोर काळ्या रात्री चांदण्या उगवाव्यात. या चांदण्यांच्या शीतल छायेप्रमाणे आणि कापराच्या वडीवर जसे कापराचे पातळ, नितळ आणि तरल पापुद्रे असतात, ते एकमेकात एवढे एकजीव झाले असतात की, त्या पापुद्र्यांना अलग ही काढता येत नाही. त्या कापराच्या कायेप्रमाणे आणि माऊली जशी आपल्या मुलाकडे लक्ष देत असते. गोंजारत असते. त्याला जराशी ही इजा झाली तरी तिलाच इजा होत असते. अशा ह्या माऊलीच्या मायप्रमाणे प्रेम करणारा, आमच्यावर सर्वस्व अर्पण करणारा, हा माझा भीमराय होता. या भीमरायाला मी माझे वंदन करतो, असे वामनदादा म्हणतात.

डॉ. बाबासाहेब आंबेडकरांनी आपल्या संसाराकडे, आपल्या पित्याकडे, माता रमाईकडे, आपल्या मुलाबाळांकडे व स्वतःकडे लक्ष न देता शिक्षणाचे क्षितिज गाठले. आपले ज्ञान वृद्धिंगत केले ते समाजाच्या उत्थानासाठी ज्ञान कणाकणाने वेचून समाजाचा उद्धार केला. माझा समाज स्वबळावर कसा उभा होईल, त्याची सामाजिक, आर्थिक, राजकीय परिस्थिती कशी सुधारेल. याच विवंचनेत ते रहात होते. आपल्या जवळचे जे काही आहे ते समाजासाठी देत होते. अशा तऱ्हेने बाबासाहेब आमच्यासाठी माऊली होती. त्यांनीच आम्हाला मायेचा उबारा दिला. अंड्यातून बाहेर आलेल्या पिलांना पक्षीण आपल्या पंखाखाली ठेवून त्याला आपल्या पंखाचा उबारा देते व त्याला मोठे होईपर्यंत त्याच्या चोचीमध्ये चारा घालते, त्याचप्रमाणे डॉ. बाबासाहेब आंबेडकरांनी आम्हाला आपल्या चोचीतला चारा आणि मायेचा उबारा देऊन आमची गुजराण केलेली आहे. दुःख, दारिद्र्य आणि दहशतीत खितपत पडलेल्या या समाजाला कुठलीच दिशा नव्हती. त्या दिशाहीन समाजाला संघटित करून, त्यांच्या अस्तित्वाची जाणीव करून

दिली. ज्यांना कुणी गृहीतच धरत नव्हते, अशा ह्या बहिष्कृतांना स्वाभिमानाची शिकवण देऊन त्यांना बुद्धाच्या धम्माकडे आणले. त्यांना माणूसपण दिले. आम्ही माणसं आहोत ही स्वाभिमानाची शिकवण त्यांना दिली. हिरावलेले त्यांचे अस्तित्व प्रदान केले. त्यांना जीवनदान दिले. त्यांचे जीवन आकारास आले. प्रेतवत आणि मृतवत पडलेल्या समाजात जागृती आणि स्वाभिमान निर्माण केला. अशाप्रकारे आमच्यासाठी अतोनात कष्ट उपसणारा, आमच्यासाठी सर्वस्वी झटणारा हाच भीमराय होता.

डॉ. बाबासाहेब आंबेडकरांच्या प्रेरणेने मुले बोलायला लागली. पूर्वी ज्यांना तोंडातून एक अक्षरही काढण्यास बंदी होती. बोलण्यास बंदी होती. वाचण्यास बंदी होती. ती मुले आज विकासाची भाषा बोलत आहेत. समाज आणि राष्ट्र विकासाची भाषाही हेच मुले बोलत आहेत. ज्यांना कधीकाळी बोलण्याची संधीच उपलब्ध नव्हती. ते बोलू लागल्यामुळे आज माझी आशा जागृत झालेली आहे. मला वाटते की, ही मुले आता देशाच्या हितासाठी बोलू लागतील. काही करू लागतील. म्हणून माझी निराशा नष्ट झालेली आहे. ज्या काळात यांना कुठलीही विकासाची संधी नव्हती. सगळ्या प्रकारची बंदीच होती. अशा ह्या सात कोटी अस्पृश्य समाजाच्या विकासासाठी माझा भीमराय स्वतः राबत होता. दिवस-रात्र मेहनत करत होता. आज सात कोटी समाजात जो काही सामाजिक, शैक्षणिक, आर्थिक, राजकीय क्षेत्रात विकास होत आहे त्या विकासाचा पाया माझा भीमरायच होता. जर हा पाया नसता तर ही विकासाची इमारत कधीच कोलमडून गेली असती. आज हा पाया मजबूत असल्यामुळे समाज सुस्थितीत उभा आहे.

डॉ. बाबासाहेब आंबेडकरांच्या मार्गदर्शनामुळे अनेक संघटना नेते उदयास आले. परंतु यांचे कार्यकर्तृत्व काय तर स्वहित साधने. जिथे कुठे मलई मिळते, ती चाखणे हेच त्यांचे एकमेव कर्तुत्व दिसून पडते. परंतु वामनदादाला बाबासाहेबांनी केलेल्या चळवळीच्या नि संग्रारच्या जुन्या आठवणी येत आहेत. डॉ. बाबासाहेब आंबेडकरांनी रामकुंडावर धडक दिली होती. रामाचे दर्शन घेण्यासाठी, चवदार तळ्यावर पाणी

पिण्यासाठी सागर उभा केला पण माझ्या भीमावर मात्र इथल्या धर्ममार्तंडांनी दगड-गोटे भिरकावले होते. ते दगड-गोटे खाऊनही बाबासाहेबांनी अत्यंत संयमाने हा लढा लढला. आजचे नेते मात्र ह्या गोष्टी विसरत चाललेले आहेत. डॉ. बाबासाहेब आंबेडकरांच्या महापरिनिर्वाणानंतर समाज पुन्हा एका वेगळ्या दिशाहीन झालेल्या वासराप्रमाणे वागतो की काय? असे वाटत आहे. डॉ. बाबासाहेब आंबेडकरांप्रमाणे सर्वस्व अर्पण करणारे, आमच्यावर सावली धरणारे आणि आमच्यावर मायेप्रमाणे प्रेम करणारे आम्हाला नेतृत्व हवे आहे. डॉ. बाबासाहेब आंबेडकरांच्या आईप्रमाणे आणि बाबासाहेबांच्या रमाईप्रमाणे आम्हाला हृदयाशी कवटाळणारा आता नेता निर्माण होणे गरजेचे आहे. असाच नेता मिळाला तर तो आम्हाला योग्य दिशा दाखवू शकतो, असे वामनदादांनी ह्या गीताच्या माध्यमातून म्हटले आहे.

४२. दुफळी

आता तरी ही दुफळी जळू द्या
एकतेकडे तुमचे पाऊल वळू द्या

द्वेषाने भरलेले जयांचे अंतर नाही शुद्ध
राहील तिथे कैसा भीम अन् माझा भगवान बुद्ध
द्वेष आता हा दूर पळू द्या

ना प्रेम तुम्हावरती तुम्हाला तेसुद्धा खुपतात
पण भाऊ स्वतःचे हे कसे रे डोळ्यांमध्ये खुपतात
वृत्ती अशी ही धुळीला मिळू द्या

का मनामधी भरले आपल्या थोरपणाचे खुळं
सारेच तुम्ही नेते भीमाच्या पायावरची धुळं
जाणतेपणी हा गर्व गळू द्या

ओळखावे तुम्ही वामन दुहीने आहे आपला घात
लोटाल तुम्ही अंति भीमाच्या जनतेला दुःखात
भले ह्या दीनांचे तुम्हाला कळू द्या

एकतेकडे तुमचे पाऊल वळू द्या

डॉ. बाबासाहेब आंबेडकरांनी त्यांच्या हयातीतच पक्षाच्या नेत्यांमध्ये वादविवाद, भांडण आणि दुफळी अनुभवलेली होती. त्यामुळे बाबासाहेब अनेकदा चिडून बोलले होते की, एकोप्याने राहा! फुटिरता बाळगू नका! संघटित रहाल तरच तुम्ही आपले अस्तित्व शाबूत राखू शकाल; परंतु नेत्यांनी बाबासाहेबांच्या ह्या मोलाच्या संदेशाकडे डोळेझाक केली. बाबासाहेबांच्या महापरिनिर्वाणानंतर रिपब्लिकन पार्टीमध्ये पहिल्यांदा दुफळी निर्माण झाली. हळूहळू ही दुफळी तिफळीमध्ये निर्माण झाली. त्यानंतर संघटनेचे असे विघटन झाले की आता यांच्यात एकसंधत्व निर्माण होणार की नाही, असा प्रश्न निर्माण झाला होता. म्हणून वामनदादांनी दुफळी या गीताच्या माध्यमातून समाजातील सर्व स्तरातील लोकांनी, नेत्यांनी आता एकतेकडे आपले पाऊल पडू द्यावे, अशी अपेक्षा वर्तविली आहे.

१४ ऑक्टोबर १९५६ रोजी डॉ. बाबासाहेब आंबेडकरांनी आम्हाला बुद्ध धम्माची दीक्षा दिली. भ. बुद्धाने सांगितलेल्या तत्त्वानुसार जर आम्ही आमचे आचरण ठेवले तरच आम्ही खरे बौद्ध म्हणून जीवन व्यतीत करू शकतो. एकमेकांबद्दल द्वेषभावना जर मनात ठेवली, एकमेकांमध्ये दुहीचे अंतर ठेवले तर त्यांचे अंतकरण शुद्ध राहणार नाही. अशा या अशुद्ध अंतकरणात बाबासाहेब आणि भगवान बुद्धाचे विचार सुद्धा राहणार नाही. त्यामुळे द्वेषाला पळवून लावा आणि प्रेमभावना निर्माण करा. इतर तुम्हाला प्रेमाने कधीच जवळ घेत नाही. तुम्ही सुद्धा धम्म बांधवांबद्दलही प्रेमाची भावना ठेवत नाही. भाऊ-भाऊ एकमेकांना वैऱ्याप्रमाणे वाटतात. भाऊ-भाऊ एकमेकांच्या डोळ्यांमध्ये खुपतात. अशी ही आमची स्वार्थांध वृत्ती आज धुळीला मिळाली पाहिजे.

बाबासाहेबांच्या पुण्याईने तुम्हाला शिक्षण घेता आले. थोडेसे शिकल्याबरोबर, दोन पुस्तक वाचल्याबरोबर तुम्हाला तर स्वर्ग दोन बोटे उरलीत. माझ्यासारखा दुसरा कोणीच नाही. समाजामध्ये माझ्यासारखा शिक्षित, ऐश्वर्यसंपन्न कोणीच नाही, अशा प्रकारच्या

आंधळ्या खुळामध्ये जो जगतो, त्याने आपल्या पूर्वाश्रमीचे दिवस आठवले पाहिजे. हे सगळे वैभव आम्हाला मिळाले ते बाबासाहेबांच्या अथक संघर्षातून मिळालेले आहे. त्यांच्या पायावरच्या धुळीइतकीसुद्धा आमची लायकी नाही. हे सर्व आपण डोळस होऊन जाणले पाहिजे. मी याच्यापेक्षा मोठा, मी त्याच्यापेक्षा कमी नाही, हा जो गर्व आहे, तो गर्व निखळून पडू द्या.

दुहीमध्ये कुणाचाच फायदा नाही. दुफळीत सर्वांचा घात आहे. जेव्हा समाजावर एखादा आघात होईल, त्यावेळेस तुम्ही ते निस्तारण्याच्या लायकीचे सुद्धा राहणार नाही. अशातऱ्हेने शेवटी स्वार्थांध वृत्तीने निर्माण झालेल्या दुहीने या समस्त जनतेला दुःखाच्या खाईत लोटल्याशिवाय राहणार नाही. ही दुही नष्ट करून एकतेने, समतेने आणि ममतेने वागले पाहिजे, अशी अपेक्षा वामनदादा या गीतामध्ये करताना दिसतात. एकतेने वागल्यासच ह्या दीन-दलितांचे, बाबासाहेबांच्या अनुयायांचे आणि ह्या समाजातील कष्टकरी, वंचित घटकांचे भले होईल. हे तुम्हाला कळू द्या! ज्या दिवशी हे तुम्हाला कळेल, त्या दिवशी एकतेकडे तुमचे पाऊल वळल्याशिवाय राहणार नाही, अशी अपेक्षा वामनदादा या गीतात व्यक्त करतात.

४३. फुले-आंबेडकर तारतील

फुले आंबेडकर तारतील तुम्हाला
दुजे सारेच मारतील तुम्हाला ...

महार म्हणतील कोणी मांग म्हणतील
जात आपली आधी सांग म्हणतील
असे जातीचे उच नीचतेचे
विष पेढ्यातून चारतील तुम्हाला...

गाडली रे तिने शिवशाही
येऊ पाही अशी पेशवाई
पेशवाईच्या नव्या चाबकाचे
फटके मोजून मारतील तुम्हाला ...

साथी सारे खरे दुर्जनांचे
वैरी सारे खरे वामनाचे
लोकशाहीच्या सर्व सुखापासून
दूर कायमचे सारतील तुम्हाला ...

फुले आंबेडकर तारतील तुम्हाला...

फुले, आंबेडकर हे आमचे दोन डोळे आहेत, असे राजा ढाले म्हणत
असत. या दोन डोळ्यातून सम्यक विवेकाच्या दृष्टीतून आम्ही

पाहिले तर आम्हाला सम्यक आकलन होते, अशी त्यांची धारणा होती. डॉ. बाबासाहेब आंबेडकरांनी महात्मा फुले यांना आपले गुरू मानले होते. तत्कालीन १९ व्या शतकात आधुनिक भारतीय समाजाची उभारणी करण्यासाठी महात्मा फुले यांनी जे योगदान दिले आहे ते अनन्यसाधारण आहे. त्यांनी आपल्या अखंडात महार-मांगांना पोटाशी धरावे असे लिहून प्रत्यक्ष कृतीत सुद्धा आणले होते. म्हणून वामनदादा म्हणतात की, फुले आणि आंबेडकरांचे विचारच तुम्हाला तारू शकतात. इतर विचार जर तुम्ही स्वीकारले तर तुमच्या जीवनातील सारे हक्क हिरावून घेतील. आज आपण २१ व्या शतकात असूनसुद्धा जातीचे स्तोम कमी झालेले नाही. तुम्हाला कोणी महार म्हणतील, कोणी मांग म्हणतील, जर तुमच्या नावावरून अर्थबोध होत नसेल तर, जात सांग म्हणतील. अशातऱ्हेने जातीचे उच्चनीच्चतेचे स्तोम अजूनही चिरकाल टिकून आहेत. एकदा का तुम्ही अनुसूचित जाती, जमाती, विमुक्त जाती, जमाती, भटक्या जमाती, ओबीसी समाजातील आहे, असे जेव्हा त्यांना समजेल त्यावेळेस तुमच्यात ते जातीय विष पेरतील. उच्चनीचेतेचे स्थान अधिक बळकट कसे होईल, तुम्ही भाऊ-भाऊ आपसात कसे भांडत राहाल, यासाठी ते प्रयत्न करतील. त्यांचे प्रयत्न हे सदैव धिम्म्या गतीने सुरूच असतात.

भीमा कोरेगावच्या युद्धानंतर या महाराष्ट्रात शिवशाही निर्माण झाली होती. परंतु ह्या शिवशाहीला नष्ट करून पुन्हा पेशवाई आलेली होती. ह्या पेशवाईने इथल्या समस्त जनतेला कसे वेठीस धरले होते, हा इतिहास ताजा आहे. तो आपण पुन्हा वाचला पाहिजे. जर ही पेशवाई नव्या स्वरूपात आली तर तुमचे एवढे हाल होतील, की ते हाल खायला कुत्रा सुद्धा राहणार नाही. म्हणून तुम्हाला एकतेने आणि संघटित राहावे लागेल. फुले आणि आंबेडकरांचे विचार स्वीकारून त्या मार्गावरून आपल्याला चालावे लागेल. तरच तुमचा उद्धार होईल. आज देशातील चित्र पाहताना असे दिसते की, दुर्वर्तन करणाऱ्यांचेच सगळे सहकारी दिसून येतात. दुर्वर्तन करणाऱ्यांच्या

पाठीशी ते खंबीरपणे उभे राहतात. आणि वामनदादासारखे जे काही सत्य सांगत आहेत, त्या सत्य सांगणाऱ्याचे सारे वैरी निर्माण होत आहेत. सत्याला जर बळकटी प्राप्त करून दिली नाही तर ज्या लोकशाहीने तुम्हाला सगळ्या प्रकारचे हक्क आणि अधिकार दिलेले आहे, ते हक्क आणि अधिकार हे विषमतावादी लोक कधीही हिरावून घेऊ शकतात. तुम्हाला त्या लोकशाहीच्या हक्कापासून, लोकशाहीने दिलेल्या सुखापासून तुम्हाला कायमचे दूर सारून तुम्हाला त्यापासून वंचित करू शकतात. म्हणून तुम्ही फुले आंबेडकरांचे विचार स्वीकारले पाहिजे. अन्यथा तुम्हाला तुमच्या उज्ज्वल भवितव्यापासून दूर केल्याशिवाय ते सोडणार नाही. तुमचे अस्तित्वच ते नष्ट करतील. त्यासाठीच फुले आणि आंबेडकरांचे विचार आपण आत्मसात केले पाहिजे. ते आत्मसात केलेले तत्त्वज्ञान डोळसपणे समाजात आपण पेरले पाहिजे, असे भावनिक आवाहन वामनदादा आपल्या गीतातून व्यक्त करतात.

४४. पंचशील

जीव सर्वांचा असतो समान
नाही दुखवू कुणाचेही मन...

प्राणी मात्रावर दया करावी
ही सद्बुद्धी हृदयी धरावी
दया क्षमेची महती महान
नाही दुखवू कुणाचेही मन...

चोरी करणे हरामाचे खाणे
धन कोणाचे फसवून घेणे
महापापाचे लक्षण जाण
नाही दुखवू कुणाचेही मन...

पर स्त्री संग मोह नसावा
वासनांना ह्या ताब्यात ठेवा
घर कोणाचे ताबा करून
नाही दुखवू कुणाचेही मन...

भूक आक्रोश करी घरात
तरी दारूचा प्याला करात
दारू पिऊन भलते बकून
नाही दुखवू कुणाचेही मन...

जग तू आणि सकला जगू दे
दिन सुखाचे मोठे बघू दे
बुद्ध भगवान सांगे वामन
नाही दुखवू कुणाचेही मन...

कोशल देशाचा प्रसेनजित नावाचा राजा होता. त्याच्या राज्यात अंगुलीमाल नावाचा एक आडदंड दरोडेखोर होता. खून आणि रक्तपात यामुळे त्याचे हात नेहमी रक्ताने बरबटलेले असत. तो कुणावरही दयामाया करीत नसे. त्यामुळे गावे ओसाड झाली. नगराची नाचक्की झाली. प्रदेश उद्ध्वस्त झाले. एकदा भगवान बुद्ध श्रावस्ती येथे जेतवनात राहत असताना त्यांनी अंगुलीमालाविषयी ऐकले. तथागतांनी त्याला सदाचरणी मनुष्य बनविण्याचे ठरविले.

एक दिवस भोजन झाल्यावर आपले चिवर व भिक्षापात्र घेऊन ते दरोडेखोर अंगुलीमाल याला शोधण्यासाठी निघाले. ते ज्या बाजूने प्रवास करीत होते, ते पाहून गुराखी, मेंढपाळ, शेतकरी व वाटसरूंनी त्यांना त्या वाटेने जाऊ नका, असे सुचित केले. परंतु एकही शब्द न बोलता भगवान बुद्ध त्या वाटेने चालतच राहिले. काही अंतरावरून त्या दरोडेखोराने भगवंतांना येताना पाहिले. या तपस्व्याला ठार मारण्याचा विचार त्याच्या मनात आला. म्हणून ढाल तलवार आणि धनुष्यबाण घेऊन तो भगवंताचा पाठलाग करू लागला. सारे प्रयत्न निष्फळ ठरले. दरोडेखोर मोठ्याने ओरडून भगवंताला थांबण्यास सांगितले. दोघांची भेट झाल्यावर भगवंत म्हणाले, अंगुलीमाला मी तुझ्यासाठी थांबलो आहे. दुष्कर्म करण्याचा आपला व्यवसाय तू सोडून देशील काय? तुला आपलासा करावा, सदाचरणाच्या मार्गावर तुला आणावा, म्हणून मी तुझ्या मागोमाग आलो आहे. तुझ्यातील साधुत्व अजून मेलेले नाही. जर त्याला तू संधी देशील तर त्यामुळे तुझ्यात बदल घडून येईल. भगवान बुद्धाच्या दिव्यवाणीने अंगुलीमालाने आपल्या दुष्कृत्याचा त्याग केला. अशातऱ्हेने अंगुलीमाल बौद्ध धम्माची दीक्षा घेऊन भिक्खू बनला. अंगुलीमालाला कळले की, सगळ्यांचा जीव समान असतो.

हा जीव घेण्याचा अधिकार आपल्याला नसतो. पंचशीलातील तत्त्व त्याला कळले. कुणाचा जीव घेणे व कुणाचे मन दुखवणे, हे पापकर्म आहे, याची जाणीव त्याला झाली. निसर्गाने सगळ्यांनाच जगण्याचा हक्क बहाल केलेला आहे. हा त्याचा नैसर्गिक हक्क आहे. त्यामध्ये पशुपक्षी, प्राणीमात्र, वृक्षवल्ली, व्यक्ती या सर्वांचा समावेश होतो. या प्राणिमात्रांची हिंसा करणे, हे नैसर्गिकरीत्या योग्य नाही. त्याच्यावर आपण दया केली पाहिजे. जोपर्यंत आपल्या हृदयात ही सद्सदविवेक बुद्धी जागृत होत नाही, तोपर्यंत आपल्याला दया आणि क्षमाची महती कळणार नाही. जेव्हा आपण प्राणीमात्रावर दया करू, त्यावेळेस आपल्याला ही महती लक्षात येते.

चोरी करणे हे तर महापाप आहे. चोरी करणे हे एक प्रकारे दुसऱ्यावर अन्याय करणे आहे. चोरी ही बेकायदेशीर आहे. ती शिस्तीला धरून नसते. मग ती चोरी कशाचीही असो. चोरी करून हरामाचे खाणे किंवा कोणाचे धन फसवणूक करून हस्तगत करणे, हे सर्वात महापाप आहे. या महापापासून व्यक्तींनी दूर राहणे, हेच सन्मार्गी व्यक्तीचे लक्षण आहे.

स्त्री-पुरुष हे समान आहे. पुरुषांना स्त्रीबद्दलची आसक्ती असते. स्त्रिया दिसल्या की त्याच्या मनात वेगवेगळ्या, अनाकलनीय कल्पना निर्माण होतात. त्याचप्रमाणे वासनासुद्धा निर्माण होतात. म्हणून परस्त्रीशी आपण वागताना, बोलताना, वावरताना आपल्या वासनांना ताब्यात ठेवले पाहिजे. अन्यथा दुसऱ्याचे व आपलेही घर बर्बाद होण्यापासून कुणीही रोखू शकणार नाही. म्हणून मनुष्याने आपल्या लैंगिक वासनांना ताब्यात ठेवले पाहिजे, असे या गीताच्या माध्यमातून वामनदादा म्हणतात.

आज प्रत्येक व्यक्तीची आर्थिक स्थिती योग्य नाही. दोन घास अन्न मिळावे यासाठी अनंत हालअपेष्टा, काबाडकष्ट करावे लागतात. तेव्हाच पोटात दोन घास जात असते. परंतु एवढे काबाडकष्ट करून मिळविलेला पैसा जर दारूच्या लतमध्ये आपण ओतत असू तर

आपल्या घरी भुकेचे आक्रमण नेहमीच दिसेल. दुसरी गोष्ट दारू प्राशन केलेल्या व्यक्तीला बोलण्याचे तारतम्य नसते. तो अद्वातद्वा बोलून दुसऱ्याचे मन दुखवत असतो. म्हणून हा दारूचा प्याला आपण आपल्या पोटात रिचवू नये, असे आवाहन वामनदादा करतात. जगा आणि जगू द्या हाच खरा मंत्र आहे. आपणही योग्यरीतीने जगले पाहिजे आणि दुसऱ्यालाही योग्य रीतीने जगू दिले पाहिजे. तरच आपल्याला व दुसऱ्याला सुखाचे दिवस प्राप्त होऊ शकते, असा संदेश भगवान बुद्धाने दिलेला आहे. तो भगवान बुद्धाचा संदेश आपण आपल्या मनी ठसवून आपली वर्तणूक ठेवावी, असे वामनदादा या गीताच्या माध्यमातून पंचशीलाचे महत्त्व अधोरेखित करताना म्हणत आहे.

४५. भीम थोर होता

खरा भारताचा बंडखोर होता
म्हणूनीच माझा भीम थोर होता

झुंजला रणी तो गोऱ्याशीच जाऊन
तोच भारताचा खरा जोर होता

आणला भीमाने आणि भारताने
त्यातलाच माझा चतकोर होता

गुलामास येथे मिळावे न काही
हाच मालकाच्या मनी घोर होता

घेऊन पळाला चतकोर माझा
असा भारताचा पिता चोर होता

वामन दीनांचे सुख लाटणारा
असा भारताचा पिता ढोर होता

तीनही गोलमेज परिषदा व पुणेकरार या विषयाची पार्श्वभूमी या गझलेमध्ये वामनदादा कर्डक यांनी साकारली आहे. डॉ. बाबासाहेब आंबेडकरांनी इंग्रजांच्या व गांधीजींच्या प्रश्नांना सडेतोड उत्तर देऊन अस्पृश्यांचे हक्क अबाधित केले. अशी पार्श्वभूमी या गझलेतून

साकारलेली आहे. ब्रिटिशांनी आपली सत्ता भारतावर केंद्रित केल्यानंतर त्यांनी ईस्ट इंडिया कंपनीच्या माध्यमातून भारताची मोठ्या प्रमाणात आर्थिक लूट चालवली होती, हे डॉ. बाबासाहेब आंबेडकरांनी सिद्ध करून दाखवले होते. म्हणून ब्रिटिशांच्या नजरेतून बाबासाहेब हे खरे बंडखोर होते. इतर भारतीय नेत्यांना ब्रिटिशांनी केलेली लूट दिसत नव्हती. ही लूट कशी चाललेली आहे, याचे झणझणीत अंजन डॉ. बाबासाहेब आंबेडकरांनी ब्रिटिशांना आपल्या लिखाणातून दाखवून दिले होते म्हणूनच माझा हा भीम हा इतर नेत्यांपेक्षा थोर होता, असे वामनदादा म्हणतात.

गोलमेज परिषदेचे निमंत्रण डॉ. बाबासाहेब आंबेडकरांना मिळाल्यानंतर ते इंग्लंडला गेले. भारतात अस्पृश्य समाजाला कशा प्रकारची वागणूक मिळत आहे, हे बाबासाहेब आंबेडकरांनी सप्रमाण सिद्ध करून दाखवले. ज्या लोकांची स्थिती गुलामापेक्षाही वाईट आहे व ज्यांची लोकसंख्या फ्रान्स या देशातील लोकसंख्या एवढी आहे. अशा भारतातील एका वंचित लोकांची गाऱ्हाणी मी परिषदेपुढे ठेवीत आहे, असे बाबासाहेबांनी ठणकावून सांगितले. भारतातील सरकार हे लोकांनी, लोकांकरिता, लोकांकडून चालविलेले, लोकांचे राज्य असावे, अशी डॉ. बाबासाहेब आंबेडकरांनी घोषणा करताच परिषदेच्या सर्व सदस्यांना आनंदाचा धक्काच बसला. बाबासाहेब गोऱ्यांशी बोलताना म्हणाले, ब्रिटिश राज्य येण्यापूर्वी आमची जी कारुण्यजनक स्थिती होती, त्यात काडीमात्र देखील फरक झालेला नाही. ब्रिटिश राजवटीपूर्वी आम्हाला खेड्यातील विहिरीवर पाणी भरण्यास मनाई होती. ब्रिटिश सरकारने आम्हाला हा न्याय मिळवून दिला काय? ब्रिटिश राजवटी पूर्वी आम्हाला मंदिरात प्रवेश बंदी होती. आज आम्हाला मंदिरात प्रवेश करता येतो काय? ब्रिटिश राजवटी पूर्वी आम्हाला पोलीस दलात प्रवेश मिळत नसे. ब्रिटिश सरकार आज तरी आम्हाला प्रवेश देते काय? ब्रिटिश राजवटीपूर्वी लष्करात आमच्या लोकांना नोकरी मिळत नसे. आज ब्रिटिश सरकार आम्हाला लष्करात घेते काय?

आमची दुःखे ही वाहत राहिलेल्या जखमेसारखीच आहे. ब्रिटिश राजवट सुरू होऊन सव्वाशे वर्षे लोटली तरी आमची दुःखे दूर झाली नाहीत. असा खरमरीत सवाल बाबासाहेब करतात. त्यांच्या या प्रश्नांच्या भडिमाराने ब्रिटिशांमध्ये चुळबुळ सुरू झाली. अशा तऱ्हेने त्यांनी आपले मुद्दे ब्रिटिश सरकारच्या समोर मांडले.

भारतातील भांडवलदार कामगारांना किमान वेतन देत नाही. जमीनदार शेतकरी वर्गाला पिळून काढीत आहेत. हे सरकारला माहीत आहे. ही सामाजिक दुष्कृत्ये सरकार नाहीसी करत नाही. सामाजिक आणि राजकीय जीवनातील ही पिळवणूक कायद्यात सुधारणा करून नाहीशी करण्याचा अधिकार आणि शक्ती सरकारच्या हाती असूनसुद्धा आपण हस्तक्षेप करीत नाही. त्यामुळे आम्हाला असे सरकार पाहिजे की जे देशाचे खरे हित निष्ठापूर्वक साधेल आणि न्याय व निवाड्याचे असे सामाजिक आणि आर्थिक प्रश्न कुणाच्याही रागालोभाची पर्वा न करता सोडवील. आमची दुःखे आमच्याशिवाय कोणी निवारू शकणार नाही. आमच्या हातात राजकीय सत्ता आल्याशिवाय ते शक्य नाही. हा चमत्कार घडण्याची मात्र प्रतीक्षा करता करता अस्पृश्यवर्ग आता थकून गेला आहे. म्हणून या वर्गाच्या हितासाठी आपल्याला प्रभावी पाऊल उचलावे लागेल.

डॉ. बाबासाहेब आंबेडकरांच्या खणखणीत वाणीतील आणि मुद्देसुद टीकेतील सत्यता, निर्भयता व बाणेदारपणा याचा परिषदेवर मोठा परिणाम झाला. बाबासाहेबांची खरी योग्यता व राष्ट्रीय वृत्ती पाहून बाबासाहेबांचे सर्वांनी कौतुक केले. ब्रिटिश प्रधानमंत्री मॅक्डोनाल्ड आंबेडकरांचे भाषण ऐकून थक्क झाले. महाराज सयाजीराव गायकवाड यांचे डोळे आनंदाश्रूंनी भरून आले. समाधान, कौतुक व कृतार्थता यांनी हृदय ओसंडून वाहू लागले. महाराज सयाजीराव गायकवाड यांनी डॉ. आंबेडकरांना मेजवानीसाठी बोलावून घेतले. अशा तऱ्हेने बाबासाहेब आंबेडकरांनी ब्रिटिशांशी संघर्ष करून आपले हक्क आणि अधिकार पदरात पाडून घेतले.

अस्पृश्य समाज स्वाभिमानाने ताठ उभा होऊ लागला नि दोन घास पोटाला खाऊ लागला. वेठबिगारीची कामे अस्पृश्यांना करावी लागत होती. जमीनदार, सरंजामदार, ब्राम्हणी व्यवस्था अस्पृश्यांच्या अधोगतीसाठी कारणीभूत ठरली होती. या सर्व बाबी ब्रिटिशांना दाखवून देण्यात आल्या होत्या. महाडचा चवदार तळ्याचा संगर असो की, काळाराम मंदिराचा प्रवेश असो, यामध्ये बाबासाहेबांनी इंग्रजांना दाखवून दिले की, आम्ही हिंदू नाही. म्हणून आम्हाला अल्पसंख्याक समजून सगळ्या प्रकारचे अधिकार मिळावे. इंग्रजांनी बाबासाहेबांच्या म्हणण्यानुसार स्वतंत्र मतदारसंघ त्यांना बहाल केले. पुरेसे प्रतिनिधित्व दिले. हे पाहून गांधीजींचा राग अनावर झाला व ते अल्पसंख्यांक समिती पुढे गर्जले की, काँग्रेसला हिंदू, मुसलमान आणि शीख यामध्ये जो निर्णय केला जाईल तो मला मान्य होईल. परंतु इतर अल्पसंख्याकांचा खास मतदारसंघ किंवा खास प्रतिनिधित्व देण्यास काँग्रेसचा विरोध आहे. डॉ. आंबेडकरांवर भडीमार करताना ते म्हणाले, मी अत्यंत दायीत्वपूर्वक सांगतो की, आपणास सर्व भारतीयांच्या व अस्पृश्यांच्या वतीने त्यांच्या बाजूने बोलण्याचा मला अधिकार आहे, हे आंबेडकरांचे म्हणणे योग्य नाही. त्यामुळे हिंदू समाजात जे दोन तट पडतील त्यात मला मुळीच समाधान नाही. यापेक्षा अस्पृश्य लोक मुसलमान किंवा ख्रिश्चन झाले तरी मी त्याची पर्वा करणार नाही. ते मी सहन करेन. पण अस्पृश्यांसाठी स्वतंत्र मतदारसंघ व विशेष प्रतिनिधित्व सहन करणार नाही. अशा तऱ्हेने ब्रिटिशांनी दिलेले अधिकार, दिलेले प्रतिनिधित्व गांधीजींनी हिरावून घेतले. जे काही चतकोर या समाजाला मिळणार होते ते गांधीजींनी हिरावून घेतले. महाकवी वामनदादा म्हणतात की, अस्पृश्यांना मिळालेले अधिकार त्यांनी चोरून हिरावून घेतलेले आहे, असा हा भारताचा पिता चोर होता. जातीय निवाड्यामुळे भारतीय राजकारण उग्ररूप धारण करीत होते. राज्यात आणीबाणीचा प्रसंग उद्भवणार असे दिसू लागले. विलायतेहून आल्याबरोबर इंग्रजांनी गांधीजींना येरवडा येथे तुरुंगात डांबून ठेवले. अस्पृश्यांना स्वतंत्र मतदारसंघ दिले तर आपण प्राण

पणास लावून त्या गोष्टीचा प्रतिकार करू, असे गांधीजींनी धमकी दिली होती. वास्तविक पाहता ब्रिटिश प्रधानमंत्री मॅक्डोनाल्ड यांनी अल्पसंख्याकांच्या प्रश्नासंबंधी निवाडा देण्याविषयी जे विनंती पत्रक सादर केले होते, त्यावर गांधींनी स्वाक्षरी केली होती. नैतिकदृष्ट्या त्यांना तो निवाडा बंधनकारक होता. परंतु राजकीयदृष्ट्या पराभूत झालेल्या गांधींनी जगाचे लक्ष भारताकडे वळावे म्हणून व डॉ. बाबासाहेब आंबेडकरांचे प्रयत्न निष्पळ ठरावे म्हणून आमरण उपोषण सुरू केले. त्यामुळे एकच खळबळ माजली बाबासाहेबांच्या विरोधात देशात जातीयवादाचे विष पेरण्याचे काम सुरू झाले. अशा तन्हेने ब्रिटिशांनी दिलेले हक्क आणि अधिकार लुटण्यासाठीच गांधीजींनी उपोषण केले. ब्रिटिशांकडून मिळालेल्या हक्क आणि अधिकारावर तिलांजली देत डॉ. बाबासाहेब आंबेडकरांनी गांधीजींचे प्राण वाचविण्यासाठी पुणे करारावर स्वाक्षरी केली व अस्पृश्यांचे हितसंरक्षणावर पाणी फेरल्या गेले. त्याची परिणती काय झाली हे तत्कालीन काळात झालेल्या व विद्यमान परिस्थितीतील निवडणुकांच्या परिणामातून आपल्या लक्षात येते. हा सर्व इतिहास वामदादांनी या गीताच्या माध्यमातून साकारला आहे, त्याला तोड नाही.

४६. वारस

वाट फुलेची झाली आली
भीम सख्याची स्वारी गं
तीच आम्हाला तारी आता
तीच आम्हाला तारी गं

काल भीमानं कायदा केला
दीपली दुनिया सारी गं
लेक पित्याची वारस केली
दिल्लीच्या दरबारी गं

उपकाराची फेड करू या
भारत भूच्या नारी गं
चला भीमाचे पाय धरू या
चला भीमाच्या दारी गं

लाट फुलेची आली आता
लाट फुलेची आली आता
त्याच फुलेची गाणी झाली
वामनची ललकारी गं

डॉ. बाबासाहेब आंबेडकरांनी आपले तीन गुरू मानले. त्या तीन गुरूंपैकी महात्मा जोतिबा फुले हे आधुनिक भारतीय समाजातील

समाज क्रांतिकारक म्हणून नावारूपास आले. महात्मा जोतिबा फुले यांच्या पदचिन्हावर पाऊल ठेवून डॉ. बाबासाहेब आंबेडकरांनी आपला सामाजिक राजकीय व आर्थिक लढा उभारला. याच वाटेवरून डॉ. बाबासाहेब आंबेडकरांनी आपली विचारधारा निर्माण केली. डॉ. आंबेडकरांनी महात्मा फुले यांचे तत्त्वज्ञान स्वीकारून फुल्यांनी सांगितलेले शिक्षणाचे महत्त्व आत्मसात करून, बाबासाहेबांनीसुद्धा शिक्षणाचे महत्त्व अधोरेखित करून, आम्हाला शिक्षण म्हणजे काय असते हे सांगितले. हाच विचार आम्हाला आज तारणारा आहे आणि ह्याच विचारावरून आम्ही गेले पाहिजे, असा भावार्थ 'वारस' या गीताच्या माध्यमातून वामनदादा कर्डक व्यक्त करतात. बुद्ध आणि महात्मा फुले यांनी स्त्रियांना अत्यंत महत्त्वाचे स्थान दिलेलं होते. भिक्खू संघात भिक्खूनी म्हणून स्त्रिया राहू शकत होत्या. तसेच महात्मा जोतिबा फुले यांनी आपली पत्नी सावित्रीआईला स्वतः शिकवून तिला मुख्याध्यापिकेपर्यंत पोहोचवले होते. सम्यक संबुध्द तथागत बुद्ध व क्रांतीबा जोतिबा फुले यांनी स्त्रियांच्या उत्थानासाठी केलेल्या कार्याला डोळ्यासमोर ठेवून डॉ. बाबासाहेब आंबेडकरांनी भारतीय संसदेमध्ये स्त्रियांच्या उत्थानासाठी असलेलं हिंदू कोड बिल सादर केले. परंतु तत्कालीन सनातन्यांनी त्याला प्रखर विरोध केल्यामुळे हे बिल लागू होऊ शकले नाही. परिणामी डॉ. बाबासाहेब आंबेडकर मंत्रिमंडळातून राजीनामा देऊन बाहेर पडले. आज बाबासाहेबांच्या त्या बिलाची आठवण सत्ताधाऱ्यांना झाली. अर्धी लोकसंख्या असलेल्या स्त्रियांना समानतेची वागणूक जर दिली नाही तर हा वर्ग आपल्या विरोधात जाईल ही भीती इथल्या राज्यकर्त्यांना असल्यामुळे त्यांनी हिंदू कोड बिल तुटक तुटक पद्धतीने लागू करणे सुरू केले आहे. या हिंदू कोड बिलात दुसरे काहीही नसून स्त्रियांना पुरुषांसंमान दर्जा देण्यात आलेला आहे. स्त्रीसुद्धा माणूस आहे, ही भावना बाबासाहेबांची होती. स्त्रियांना वडिलांच्या संपत्तीत वाटा मिळाला पाहिजे, ही त्यांची भूमिका होती. ती भूमिका आज लागू झालेली आहे. म्हणून इथल्या भारतीय स्त्रियांचा जो कोणी उद्धारकर्ता म्हणून आपण समजू त्यात डॉ.

बाबासाहेब आंबेडकर यांना अग्रस्थानी ठेवल्याशिवाय आपल्याला पाऊल उचलता येणार नाही.

डॉ. बाबासाहेब आंबेडकरांनी लेकीला पित्याची वारस केले आणि दिल्लीच्या दरबारामध्ये ठणकावून बाबासाहेबांनी सांगितलं की, स्त्रियांकडे पाहण्याचा तुमचा दृष्टिकोन बदला. अन्यथा याच स्त्रिया तुम्हाला सत्तेवरून बदलल्याशिवाय राहणार नाही. अशा प्रकारे स्त्रियांवर अनंत उपकार डॉ. बाबासाहेब आंबेडकरांनी केलेले आहे. परंतु इथल्या भारतीय स्त्रियांना बाबासाहेबांनी केलेल्या उपकाराची जाणीवच नाही. स्त्रियांना पुरुषांच्या बरोबर पगार, प्रसूती रजा, कारखान्यात काम करणाऱ्या स्त्रियांजवळ जर बाळ असेल तर त्या बाळाला ठेवण्यासाठी बालगृहे व खेळण्यासाठी मैदान आदी उपाययोजना कराव्या लागतील. अशा प्रकारची तरतूद डॉ. बाबासाहेब आंबेडकरांनी केल्यामुळे इथल्या भारतभूच्या समस्त स्त्रियांसाठी बाबासाहेब यांनी एका बंधुपरी काम केलेले आहे. हे बाबासाहेबांचे योगदान इथल्या स्त्रिया कदापि नाकारू शकणार नाही. जर त्यांनी बाबासाहेबांनी केलेल्या उपकाराची जाणीव ठेवली. त्याचा अभ्यास केला तर हे निश्चितच त्यांना कळून येईल. आद्य समाज क्रांतिकारक क्रांतीबा जोतिबा फुले यांनी स्त्री शिक्षण, केशवपण, विधवा विवाह, बालहत्या प्रतिबंधक गृह स्थापून स्त्रियांना अत्यंत सन्मानाचा दर्जा दिला होता. तत्कालीन १९ व्या शतकात फुल्यांनी ही क्रांती केल्यामुळे तेव्हापासून भारताचा आधुनिक काळ सुरू झाला. आज या २१ व्या शतकामध्ये सुद्धा आता आपल्याला महात्मा फुलेंच्या मार्गावरून चालावे लागणार आहे. आज त्यांच्याच केलेल्या क्रांतिकार्याचे पुनरुज्जीवन सुरू आहे. अशा तऱ्हेने वामनदादा आपल्या गीताच्या माध्यमातून फुल्यांचे खरे वारसदार हे डॉ. बाबासाहेब आंबेडकर आहेत, असे या गीताच्या माध्यमातून समजावून सांगतात.

४७. हरेक नेता

हरेक नेता भाग्यविधाता जरी तुम्हाला वाटे
संघटनेचे तुकडे तुकडे करती हेच करंटे
भासती आम्हाला हेच करवंदीचे काटे...

नवे नवे हे नेते नवपंथाचे निर्माते
मोड तोड करणारे नवग्रंथाचे निर्माते
एक पथाने कुठले जाणे फुटले सारे फाटे...

आज असे घरभेदे हे कुणी पेरले येथे
मानवतेचे घरटे हे कुणी घेरले येथे
तसेच भुरटे भल्याभल्यांचे विस्कटती रे घरटे...

तो भीम तुम्हाला सांगे रे आता तरी व्हा जागे
कीड कशी ही लागे का तुम्हीच इतुके मागे
वेगवेगळे संघ निराळे नकोत असले छोटे...

वामन तू राहून दक्ष पुरवून हमेशा लक्ष
कर भरभक्कम आता तू एक विरोधी पक्ष
सोड हे सारे कलंडणारे लुडबुडणारे लोटे...

भासती आम्हाला हेच करवंदीचे काटे...

डॉ. बाबासाहेब आंबेडकरांच्या महापरिनिर्वाणानंतर इथल्या चळवळीतील नेत्यांना आपणच आता राष्ट्रीय नेता व्हावे, अशी त्यांची लालसा वाढत होती. या लालसेतून त्यांनी बाबासाहेबांच्या संघटित रहा! एकोप्याने वागा! या मोलाच्या संदेशाकडे दुर्लक्ष करीत पक्षात फाटाफूट सुरू केली. बाबासाहेबांनी स्थापन केलेल्या मातृ संघटनात फाटाफूट झाली. जरी विद्वत्तेच्या बाबतीत बाबासाहेबांच्या नखाएवढी ही त्यांना सर नसली तरी, ते प्रतिबाबासाहेब समजून समाजात वावरू लागलेत. समाजात वावरताना आता इथल्या समाजाचा मीच नेता असून त्यांचे दुःख दूर करण्यास मी तत्पर आहे, हे ते सांगत असे. अशा तऱ्हेने या करंट्या नेत्यांनी बाबासाहेबांच्या संघटनेचे तुकडे तुकडे केले, याची त्यांना जराही लाज शरम वाटली नाही.

करवंदीला जसे विळ्याच्या आकाराप्रमाणे काटे असतात. हे काटे एकदा शरीरात घुसले की निघताना पूर्ण चामडी सोलूनच निघते. त्याचप्रमाणे हे नेते आम्हाला भासत आहेत. समाजाला पूर्णपणे उद्ध्वस्त करणारेच हे नेते आहे. बरे! हे नवे-नवे नेते नव्या-नव्या संघटना काढून आपला एक पंथ निर्माण करत आहेत. बाबासाहेबांनी जी ग्रंथसंपदा लिहिलेली आहे. त्या ग्रंथसंपदेचा अर्थसुद्धा लावण्यास हे असमर्थ ठरलेले आहेत. बाबासाहेबांच्या ग्रंथांचा अर्थबोध न झाल्यामुळे ते मोडतोड करून वेगवेगळे विचार प्रसूत करीत आहेत. अशा तऱ्हेने नेते एका मार्गाने न जाता वेगवेगळे मार्ग त्यांनी तयार केले. त्याच वेगवेगळ्या मार्गाने बाबासाहेबांचे विचार पोहोचवण्याचा प्रयत्न करीत आहेत. परंतु हे अशक्यप्राय आहे. बाबासाहेबांनी म्हटले की, "एक नेता आणि एक झेंडा, एक पक्ष' असल्याशिवाय तुमचा दबदबा निर्माण होणार नाही. तुमचा दबदबा निर्माण करण्यासाठी तुम्हाला संघटित भावनेने राहावे लागेल. आज बाबासाहेबांच्या या विचारांना तिलांजली दिल्या जात आहे. बाबासाहेबांनी सांगितले की, आपली झोपडी सोडून जर तुम्ही दुसऱ्याच्या महालात शिरला तर तुम्हाला त्या ठिकाणाहून जर हाकलून दिले तर तुमची झोपडी सुद्धा शाबूत राहणार नाही. आज हे असे घरभेदे आपलेच घर फोडून दुसऱ्याच्या घरात शरण जात आहेत.

मानवतावादी तत्त्वज्ञान दिलेल्या बाबासाहेबांचे हे विचारही ते लक्षात घेताना दिसत नाही. असे हे भुरटे नेते बाबासाहेबांचे त्यांच्या विचारांचे घरटे नेस्तनाबूत करण्याच्या तयारीत आहेत. हेच भुरटे नेते म्हणजे करवंदीचे काटे आहेत. ज्यापासून समाजाला सावध राहणे गरजेचे आहे.

बाबासाहेबांनी आपल्या सामाजिक व राजकीय आंदोलनामध्ये आपल्याला सांगितले होते की, जागे व्हा! तुमचा शत्रू प्रबळ आहे. तुमच्यापाशी साधन-संपत्ती नाही. तरी तुम्हाला एकजुटीने राहून संघर्ष केल्यास तुम्हाला तुमचे हक्क पदरात पाडून घेता येईल. परंतु बाबासाहेबांच्या ह्या विचारालासुद्धा आम्ही मनावर न घेतल्यामुळे विषमतेची कीड आमच्याही मनाला लागली. वेगवेगळ्या संघटना व गट स्थापन केले. असल्या छोट्या मानसिकतेचे नेते समाजाचा काय उद्धार करणार? वामनदादा म्हणतात त्याप्रमाणे हे नेते करवंदीचे काटे झालेले आहेत. हे नेते समाजाची चामडी सोडल्याशिवाय राहणार नाही. म्हणून अशा नेत्यांपासून आपण सावध राहिले पाहिजे.

लोकशाहीच्या यशस्वीतेसाठी विरोधी पक्षाची आवश्यकता बाबासाहेबांनी प्रतिपादन केली होती. सक्षम विरोधी पक्ष असल्याशिवाय लोकशाही बलशाली होऊ शकत नाही. सत्ताधाऱ्यांनी केलेल्या चुका दाखवून देण्यासाठी प्रबळ विरोधी पक्षाची आवश्यकता असते. म्हणून समाजातील आता लोकांनी दक्ष राहून एक लक्षात ठेवले पाहिजे की, आपला पक्ष प्रबळ विरोधी पक्ष झाला पाहिजे. एका पक्षावर, एका नेत्यावर व एका झेंड्यावर आपण विश्वास ठेवला पाहिजे. जे काही समाजात वेगवेगळ्या बॅनरखाली पक्ष आहेत, जे साधी नोंदणीकृतही झालेले नाहीत. अशा पक्षांच्या नेत्यांना लाथाडून आता आपण एकसंध झाले पाहिजे. हे छोट्या-छोट्या पक्षाचे नेते म्हणजे जणू गोड बोलणारे लोटे आहेत. यांना आता समाजाने सोडून दिले पाहिजे. खरा नेता आणि खरा पक्ष आपण शोधला पाहिजे. त्याच्याच मागे आपण गेले पाहिजे, असे वामनदादा कर्डक यांनी 'हरेक नेता' या गीताच्या

माध्यमातून सांगितलेलं आहे. हे गीत वामनदादांनी १० मार्च १९७१ रोजी मुंबईच्या आंबेवाडी या भागात लिहिलेले आहे. या गीताच्या माध्यमातून वामनदादा कर्डक यांनी जे नेते छोट्या-छोट्या पक्षाचे राष्ट्रीय अध्यक्ष झालेले आहेत. अशांवर घणाघाती प्रहार केलेला आहे. या गीताच्या माध्यमातून नेत्यांचे डोळे उघडले तर या गीताचे सार्थक झाले असे आपल्याला म्हणता येईल.

४८. बुद्धं शरणं गच्छामि

त्रिसरणाची मंगल वाणी घुमते मंगल धामी
बुद्धं शरणं गच्छामि, धम्मं शरणं गच्छामि
संघं शरणं गच्छामि...

एक संत असा कुलवंत
कुलवंत आणि शीलवंत
शीलवंताची साथ मिळाली
अखेरच्या मुक्कामी...

बुद्धम् शरणं गच्छामि...

सर्वांस मिळावा वाटा
असा ज्ञान धनाचा साठा
देऊनी गेला याच ठिकाणी
उभ्या जगाचा स्वामी...

बुद्धं शरणं गच्छामि...

ना शोध कुणाचा उसना
दुःखाचे कारण तृष्णा
तोड तयावर सांगून गेला
महान अंतर्यामी...

बुद्धं शरणम् गच्छामि...

गाऊन शीलाची गाथा
जन म्हणती गाता गाता
इथेच नमतो माथा आता
ज्ञान दुजे कुचकामी...

बुद्धं शरणं गच्छामि...

आली रे संधी नामी
सांगितले वामनला मी
उचल पोतडी पंचशीलाची
येईल अपुल्या कामी...

बुद्धं शरणं गच्छामि...

त्रिशरण, पंचशील आणि आर्यअष्टांगिक मार्ग बुद्ध तत्त्वज्ञानाचा परिणाम आहे. हे परिणाम मानवाला दुःखमुक्तीकडे घेऊन जाणारे आहेत. बुद्ध धम्मातील "बुद्धं शरणं गच्छामी! धम्मं शरणं गच्छामी! संघं शरणं गच्छामी!" या त्रिशरणाची, बुद्ध धम्माची जगकल्याणकारी मंगलवाणी संपूर्ण जगभर दुमदुमत आहे. समाजाला कलंकित करणाऱ्या अस्पृश्य जीवनातून बाहेर पडण्यासाठी शेवटी डॉ. बाबासाहेब आंबेडकरांची साथ, सोबत मिळाली. एका निर्णायक क्षणी डॉ. बाबासाहेब आंबेडकरांनी अस्पृश्यांना बुद्ध धम्माची दीक्षा दिली. अस्पृश्यतेचा कलंक पुसून काढला. कुलवंत, शीलवंत, संतपुरुष अशा महापुरुषाला शोभणाऱ्या उपमांनी डॉ. बाबासाहेब आंबेडकरांना वामनदादांनी येथे गौरवान्वित केले आहे. या जगात सर्वांना समान अधिकार मिळावेत. संपत्तीचा समान वाटा मिळावा. माणसाला माणूस म्हणून जगण्याचा

अधिकार अबाधित राहावा, यासाठी डॉ. बाबासाहेब आंबेडकरांनी आपला ज्ञानधनाचा साठा रीता केला. रसातळाला गेलेल्या अस्पृश्य, शुद्रातिशुद्रांना आपल्या ज्ञानाच्या बळावर प्रगतीपथावर आणले. आपल्या अगाध ज्ञानाने ज्ञानक्षेत्राला प्रभावित केले, असे वामनदादा सांगतात.

भगवान म्हणजे ज्याची तृष्णा नष्ट झाली असा व्यक्ती होय. मानवी समाजाची दुःखातून मुक्ती करण्यासाठी, दुःखमुक्तीचा मार्ग शोधण्यासाठी तथागत भगवान बुद्धांनी गृहत्याग केला. दुःखमुक्तीचा मार्ग शोधून काढला. दुःखाची द्वादश कारणे सांगितली. तृष्णा हे दुःखाचे प्रमुख कारण असल्याचे सांगितले. या कारणांना, तृष्णेला दूर केली की, माणूस दुःखमुक्त होतो, असे भगवान बुद्ध सांगून गेल्याचा उल्लेख वामनदादा या गीतात करतात.

बुद्ध धम्मात शीलाला देवाचे स्थान आहे, असे डॉ. बाबासाहेब आंबेडकर म्हणतात. शीलाचे पालन करणे, भगवान बुद्धांनी सांगितलेल्या दुःखमुक्तीच्या मार्गावरून चालणे, हेच आता बुद्धजनाचे जीवनधेय्य असल्याचे वामनदादा सांगतात. डॉ. बाबासाहेब आंबेडकर आणि भगवान बुध्द यांचे ज्ञान आम्हाला पुरेसे आहे. इतर ज्ञान आमच्यासाठी कुचकामी आहे. आम्ही फक्त भगवान बुद्ध आणि डॉ. बाबासाहेब आंबेडकरांपुढेच नतमस्तक होतो. भगवान बुद्ध आणि डॉ. बाबासाहेब आंबेडकर यांनी सांगितलेल्या मार्गावरून चालण्याची संधी आपल्याला मिळाली. आपल्या जीवनाला नैतिक अधिष्ठान देण्यासाठी, आपल्या भविष्याला आकार देण्यासाठी पंचशीलच कामी येईल, असा विचार वामनदादांनी गीतातील ओळींतून विशद केला आहे. बुद्ध धम्म संघाला शरणं जाऊन स्वतःचा उद्धार करण्याचे आवाहन वामनदादांनी शेवटी केले आहे.

४९. अंतरीची आग...

भीमा इथं तूच तुझ्या नागपुरी
विझवलीस अंतरीची आग पुरी...

जन्मापासून जाळीत आली
हृदय तुझे कुरवाळीत आली
तीच तुला निर्दाळीत आली
करपावली तिने तुझी बाग पुरी...

जरी भूमीचा सुपुत्र होता
नव्या पिढीचे अमृत होता
तरी रूढीच्या कुशीत होता
तरी भीमा तू निद्रिस्त होता
येवल्यामधी आली तुला जाग पुरी...

भारतवासी जनता सारी
बुद्ध सख्याच्या नेईल दारी
कामगिरी ती आज अपुरी
करतील का रे तुझे महाभाग पुरी...

होती विषयाची गुळमट गोळी
त्याच रूढीची केली होळी

बोले वामन सांज सकाळी
होता हिंदू संस्कृतीचा राग उरी...
विझवली अंतरीची आग पुरी...

डॉ. बाबासाहेब आंबेडकरांचा जन्म हिंदू धर्मातील महार जातीत झाला होता. हिंदू धर्मातील जातीव्यवस्थेने महार जातीचा खालच्या जातीत समावेश केल्यामुळे, महार जातीच्या वाट्याला बहिष्कृत, अस्पृश्य जीवन आले होते. डॉ. बाबासाहेब आंबेडकरांना सुद्धा अस्पृश्य जीवनाचे तहहयात अपमानास्पद चटके सहन करावे लागले होते. त्या काळात डॉ. बाबासाहेब आंबेडकरांच्या वडिलांच्या शिक्षण जाणिवा विकसित असल्यामुळे त्यांना उच्च शिक्षण घेता आले. शिक्षणामुळे डॉ. बाबासाहेब आंबेडकरांच्या सामाजिक, राजकीय, सांस्कृतिक जाणिवा विकसित झाल्या. हिंदू धर्मीय असूनही अस्पृश्य म्हणून स्वतःला आणि अस्पृश्य समाजाला मिळणाऱ्या अमानवीय वागणुकीमुळे डॉ. बाबासाहेब आंबेडकरांच्या मनात हिंदू धर्मातील जातीप्रथेविषयी, कुप्रथेविषयी अंतर्मनात चीड निर्माण झाली होती. जीवनाच्या अंतिम क्षणापर्यंत त्यांनी हिंदू धर्मातील वाईट चालीरीतीमध्ये सुधारणा होण्याची वाट पाहिली. परंतु हिंदू धर्मात राहूनही अस्पृश्यांचे जीवनमान फारसे बदलताना त्यांना दिसले नाही. म्हणून त्यांनी १४ ऑक्टोबर १९५६ रोजी नागपूर येथे सामूहिक बुद्ध धम्माची दीक्षा घेतली आणि आपल्या अंतर्मनातील आग शांत केली, असे वामनदादा वरील गीतातील ओळीत सांगतात.

डॉ. बाबासाहेब आंबेडकरांचा बालपणी भीमाईने सांभाळ, लालनपालन केल्याचा ऐतिहासिक संदर्भ वामनदादांनी दिला असावा, असे वाटते. डॉ. बाबासाहेब आंबेडकर भारतभूचे सुपुत्र होते. उच्च विद्याविभूषित असल्यामुळे नव्या पिढीचे ते आदर्श झाले होते. उच्च शिक्षित असूनही हिंदू धर्मातील रूढी, परंपरानुसार त्यांना अस्पृश्य म्हणून हिन वागणूक मिळत होती. डॉ. बाबासाहेब आंबेडकर अस्पृश्य जीवनाचे चटके सोसत होते. अस्पृश्यांचे हीनदीन, लाचार जीवन पाहत होते. परंतु

हिंदू धर्म सोडून दुसऱ्या धर्मात प्रवेश करावा, असे त्यांच्या मनात नव्हते. परंतु १३ ऑक्टोबर १९३५ रोजी डॉ. बाबासाहेब आंबेडकरांनी धर्मांतराची घोषणा केली. मी हिंदू म्हणून जन्मलो, हे माझ्या हातात नव्हते परंतु मी हिंदू म्हणून मरणार नाही, अशी घोषणा त्यांनी नाशिक येथील येवला या ठिकाणी केल्याचा संदर्भ वामनदादांनी या ठिकाणी दिला आहे.

धर्मांतरानंतर भारत बौद्धमय करण्याचे डॉ. बाबासाहेब आंबेडकरांचे स्वप्न होते. ते स्वप्न आजही अपूर्णच आहे. डॉ. बाबासाहेब आंबेडकरांचे अनुयायी त्यांचे हे स्वप्न पूर्ण करतील का? असा प्रश्न वामनदादांनी या गीतात उपस्थित केला आहे.

डॉ. बाबासाहेब आंबेडकरांनी हिंदू धर्मात सुधारणा घडवून आणण्यासाठी धर्मरुढींवर वैचारिक प्रहार केलेत. डॉ. बाबासाहेब आंबेडकरांचे हिंदू धर्मावर अतिशय प्रेम होते. हिंदू धर्मातील विषम, भेदभावयुक्त चालीरीतींवर त्यांचा प्रचंड रोष होता. या रोषाचा जाणीवजागृत परिणाम म्हणजे डॉ. बाबासाहेब आंबेडकरांचे धर्मांतर होय, असे वामनदादा या गीताच्या शेवटी सांगतात.

५०. धम्मदूत झाले

भीमा गौतमाच्या मुशीतून आले
तेच आज येथे धम्मदूत झाले

वर्ण आश्रमाचे बोचलेत भाले
तेच गौतमाच्या पथाने निघाले

भीमा गौतमाचे प्रेम पेरणारे
आनंद झाले सारीपुत्त झाले

भारत भूमीला माय मानणारे
आई तूच नाही आईला म्हणाले

वाट वाकडी ना ठावे मनाला
गाडी मनाची सुरळीत चाले

वामनपरी जे संगरी आले ते
प्रेम पेरणाऱ्या पावसात न्हाले

डॉ. बाबासाहेब आंबेडकरांनी तथागत गौतम बुद्धाच्या तत्त्वज्ञानातून आपली विचारधारा निर्माण केली. सम्यक सम्बुध्द गौतम बुद्ध व बोधिसत्व डॉ. बाबासाहेब आंबेडकर यांच्या विचारधारेच्या तालमीत तयार झालेले आज येथे धम्मदूत म्हणून झावारूपास आलेले आहेत.

तथागत बुद्धाने सद्धम्म दिला, परंतु त्यांचा हा सद्धम्म वैदिकांनी नष्ट केला व इथल्या समतामय, ममतामय, करुणामय भूमीत वर्णाश्रमाचे बीज पेरले. त्या चातुर्वण्यव्यवस्थेत बहुसंख्य समाजाला कुठलेही अधिकार नव्हते. त्यांना ह्या वर्णाश्रमाचे भाले जागोजागी बोचत होते. ज्यांना-ज्यांना अशी ही वर्णव्यवस्थेची जीवघेणी विषमतावादी व्यवस्था स्वीकारावी लागली होती, ते आज गौतमाच्या पथाने निघालेले आहेत. कारण बुद्धाचा सद्धम्म हा समतेचा सद्धम्म आहे. डॉ. बाबासाहेब आंबेडकर व तथागत गौतम बुद्धांनी संपूर्ण समाजावर प्रेम केले. कुणाचा विरोध केला नाही. आनंद आणि सारीपुत्त यांनी असेच प्रेम करून इथल्या शोषित, वंचित व बहुसंख्य समाजाला बुद्ध धम्माकडे आकर्षित केले. तथागताच्या विचाराने पुनीत झालेली ही भारतभूमी आहे. या भारतभूमीला माय मानणाऱ्या लोकांनी केवळ तूच माझी आई नसून ही भारतभूमीसुद्धा माझी आई आहे, असे स्पष्ट केले. तथागतांचा मानवतावादी विचार व दुःखमुक्तीचा सिद्धांत संपूर्ण जगात पसरला. ह्या विचारात कुठेही दुजाभाव, तर्कविसंगत वा वाकडे विचार नाही. त्यामुळे हा विचार आत्मसात केला तर आपल्या मनाची शुद्धता होऊन आपले जीवन परोपकारासाठी सिद्ध होत असते. आपल्या मनाची गाडी सुरळीत चालते. वामनदादा म्हणतात की, वामनाप्रमाणेच जे ह्या संगरात आले ते तथागताच्या प्रेम पेरणाऱ्या या धम्मात न्हावून निघाले. अशा तऱ्हेने या देशातील बहुसंख्य जनता धम्माचे कार्य करण्यासाठी सिद्ध झाली. बुद्धाचा धम्म स्वीकारला की, मनाची निर्मळता वाढते, असे वामनदादा या गीतातून आपल्या भावना व्यक्त करतात.

संदर्भ

१) भारताचे संविधान

२) बुद्ध आणि त्याचा धम्म - डॉ. बाबासाहेब आंबेडकर

३) डॉ. आंबेडकर - धनंजय कीर

४) डॉ. बाबासाहेब आंबेडकर - भालचंद्र फडके

५) क्रांती प्रतिक्रांती - डॉ. बाबासाहेब आंबेडकर

६) पाकिस्तानची फाळणी - डॉ. बाबासाहेब आंबेडकर

७) जातीव्यवस्थेचे निर्मूलन: डॉ. बाबासाहेब आंबेडकर

लेखकाचा परिचय

नाव: जयंत नानाजी साठे

जन्मतारीख: २० मे १९६३

शिक्षण: एम. कॉम. बी. ए. (मराठी, इतिहास), रा. भा. रत्न, बी. एम. सी., बी. एड.

लेखन: लोकमत, सकाळ, तरुण भारत, जनवाद, देशोन्नती, सामना, लोकशाही वार्ता, भास्कर, मतदार

पत्रकारिता: लोकमत, देशोन्नती, सामना, भास्कर, बहुजन सौरभ

पुरस्कार:

१) जवाहरलाल दर्डा स्मृती शोध पत्रकारिता पुरस्कार

२) अरविंद बाबू देशमुख स्मृती शोध पत्रकारिता पुरस्कार